ஞாயிற்றுக்கிழமைப்
பள்ளிக்கூடம்

ஞாயிற்றுக்கிழமைப் பள்ளிக்கூடம் (கவிதைகள்)
ஆசிரியர்: பிருந்தா சாரதி©
முதற் குறும்பதிப்பு: ஏப்ரல் 2016
இரண்டாம் குறும்பதிப்பு: டிசம்பர் 2018

GNAYITRU KIZHAMAI PALLIKOODAM (Poems)
AUTHOR: BRINDHA SARATHI @
N.Subramanian©

Published by: Discovery Book Palace
First Edition : Apr - 2016

Pages : 200
ISBN: 978-93-84301-73-6
Drawings: Trotsky Marudhu
Book Design: Veyyil

Discovery Book Palace (P) Ltd,
6, Mahaveer Complex, Munusamy Salai,
K.K.Nagar West, Chennai - 600 078.
Ph: +91 - 44-4855 7525: Mobile: +91 87545 07070

E-mail: discoverybookpalace@gmail.com,
Website: www.discoverybookpalace.com

Rs. 180

ஞாயிற்றுக் கிழமைப் பள்ளிக்கூடம்

பிருந்தா சாரதி

டிஸ்கவரி புக் பேலஸ்

நன்றி

ஆனந்த விகடன்
குமுதம்
குங்குமம்
இனிய உதயம்
தை
தீராநதி
மகாகவி

மற்றும்
முகநூல்

சமர்ப்பணம்

நினைவில் மறையாத எழுத்தாளர்கள்
எம்.வி.வெங்கட்ராம்
கரிச்சான் குஞ்சு
தேனுகா
ஆகியோரின் அன்புக்கு

பதிப்புரை

இயக்குநர் பிருந்தாசாரதி அவர்களைக் கடந்த பதினைந்து ஆண்டுகளுக்கும் மேலாகத் தெரியும். அவரிடம் உதவி இயக்குநராக இருந்துள்ளேன். சாப்பிடும்போது வாயில் ஏதும் இடறினால் நாம் உடனே கல்லென்று நினைப்போம். ஆனால் அவர் அதைக் கவிதை என்று நினைப்பார். அந்தளவுக்கு ரசனைக்காரர். நீண்ட மற்றும் சிறு சிறு இடைவெளிகளுக்கு இடையிலும் அவரைச் சந்திக்க ஏதேனும் காரணங்களைக் கண்டுப்பிடித்துக் கொண்டு போய்விடுவேன். அவரின் கவித் தவளை, இத்தொகுப்புக்கான தலைப்புக் கவிதையாக ஒருநாள் விகடன் வழியாக வெளியேறிய பின், அவரின் முழு முகத்தையும் காட்டிக் கொடுத்தது முக நூல்தான்.

இருண்மை, நோய்மை, அவதானிப்பு என்று வார்த்தைகளால் நிறைந்த நவீன கவிதைகளின் தொடர் வாசகர் ஒருவரிடமிருந்து, இந்தளவு எதார்த்தமும், அக்கறையும், கொண்டாட்டமும் நிறைந்த வெகு ஜனங்களுக்கான ஒரு கவிதைத் தொகுப்பு வருவதை வருங்கால கவிதை உலகத்திற்கான ஆரோக்யமான சூழலாகப் பார்க்கிறேன். அதுவே இத்தொகுப்பை கொண்டு வருவதற்கான காரணமாகவும் முன் வைக்கிறேன்.

தன் தூரிகையால் இத்தொகுப்பை மேலும் மதிப்புடையதாக்கிய ஓவியர் ட்ராட்ஸ்கி மருது அவர்களுக்கும், வடிவமைப்பால் மேம்படுத்திய கவிஞர் வெயிலுக்கும் 'டிஸ்கவரி புக் பேலஸ்'ன் நன்றிகள் !

மு.வேடியப்பன்

15.04.2016.

ஓவியங்கள்

ட்ராட்ஸ்கி மருது

அற்புதங்கள் கணங்களில் காத்திருப்பு யுகங்களில்

'கவிப்பேரரசு' வைரமுத்து

திரையுலகில் படைப்பாளிகள் நிறைந்திருந்த காலம் ஒன்று உண்டு.

கல்கி, கலைஞர், விந்தன், கண்ணதாசன், ஜெயகாந்தன் என மொழி ஆளுமை மிக்க படைப்பாளிகள் திரைத்துறையில் கோலோச்சிய போது, காலத்தால் அழியாத காவியங்கள் செல்லுலாய்டில் அழிக்கமுடியாத சித்திரங்களாய் எழுதப்பட்டன.

அவர்களின் அனுபவமும் மொழிவளமும் படைப்பாற்றலும் கதை-வசனம்-பாடல்கள் எனத் திரைக்கலைக்கு இலக்கியச் செழுமை சேர்த்தன.

பிற்காலத்தில் தொழில்நுட்பத்தின் ஈர்ப்பால் வந்த கலைஞர்கள் சினிமாவை வேறு ஒரு தளத்துக்குக் கொண்டு சென்றார்கள்.

மொழிநுட்பம் தெரிந்த இயக்குநர்களின் படைப்பாற்றல் திரைக்கலைக்குப் பரிமாறப் படுகிறபோது இலக்கியம் தூக்கலாக நிற்கிறது.

சில படங்களை நாம் மீண்டும் மீண்டும் சலிக்காது பார்ப்பதற்கு வசனங்களின் வளமையும் பாடல்களின் செழுமையுமே ஆதாரம். அங்கு தொழில்நுட்பம் கரைந்துபோகிறது.

அந்தவகையில் மொழிநுட்பத்தாலும் படைப்பாற்றலாலும் திரைத்துறைக்குள் நுழைந்த நூற்றுக்கணக்கான இயக்குநர்களில் தம்பி பிருந்தாசாரதியும் ஒருவர்.

அவர் நுழைந்த காலத்தில் சினிமா தொழில்நுட்பத்துக்குத் தாவிவிட்டது.

இருப்பினும் அவரது ஆருயிர் நண்பரும் அவரைப்போலவே இலக்கிய ஆற்றல் மிக்க இயக்குநருமான லிங்குசாமியோடு இணைந்து பணியாற்றிய வெற்றிப்படங்களில் பிருந்தாசாரதியின் மொழித்திறன் அழுத்தமாக அடையாளப் படுத்தப்பட்டிருக்கிறது.

பிருந்தா சாரதி யார் என்று தெரியாமலே இருபத்தைந்து ஆண்டுகளுக்கு முன்பு நான் அவரது கவிதையை உச்சிமோந்து உவந்திருக்கிறேன்.

சாவி இதழுக்காக 'வாழையடி வாழை' என்று வாரந்தோறும் தமிழில் தேர்ந்த புதிய கவிஞர்களை நான் அறிமுகப்படுத்திய போது பிருந்தாசாரதி அனுப்பிய கவிதையும் என் பார்வைக்கு வந்து தேர்ந்தெடுக்கபட்டதை பின்னாளில் அவர் காண்பித்தபோது திரை இயக்குநர்களில் ஒரு கவிஞராக அவர் என் தனித்த கவனத்துக்கு உள்ளானார்.

பிருந்தாசாரதியின் இந்த 'ஞாயிற்றுக்கிழமைப் பள்ளிக்கூடம்' தொகுப்பின் கவிதைகள் அனைத்தும் பூடகமின்றித் தெளிந்த மொழியில் பேசுகின்றன.

ஒரு கொசுமட்டை கூடக் கவிதைக்குக் கருப்பொருளாகலாம் என்ற பிருந்தாசாரதியின் வித்தியாச அணுகுமுறைக்கு 'மின்சாரக் கொசுமட்டை' அழகான எடுத்துக்காட்டு.

"நம் ரத்தத்தைக் குடிக்கும்
எத்தனையோ பேரின்
ஒட்டுமொத்த வடிவமாகவும்
ஒரே குறியீடாகவும்
நினைக்கத் தொடங்கினேன்
கொசுக்களை.

கொலைவெறி கொந்தளிக்க
கொசு மட்டையை ஏ.கே.47ஆக பாவித்து
சுட்டுத்தள்ளத் தொடங்கினேன்.

மட்டையின் ஓட்டைகள்
சட்டத்தின் சந்து பொந்துகள் அளவுக்கு
சுலபமானவையாக இல்லாமல் போனாலும்
குற்றம் புரிந்துவிட்டுத் தப்பித்து வாழும்
மனிதர்கள் அளவுக்கு
சாமர்த்தியசாலிகளாக இல்லை கொசுக்கள்."

என்றெல்லாம் சமூகத்தில் நிலவிவரும் சமகால அநீதிகளைக் கொசுமட்டையின் வடிவத்தோடும் செயல்பாட்டோடும் பொருத்தும் பிருந்தாசாரதியின் கவிதை நேர்த்தி பாராட்டுக்குரியது.

அடுக்குமாடிக் குடியிருப்பில் மரணிப்பவர்களை அஞ்சலிக்காக வாகனம் நிறுத்துமிடத்தில் வைக்கப்படும் நகரவாழ்வின் நிகழ்கால அவலத்தை 'நகரச்சாவு' கவிதையில் –

"சாவக்கூட இந்த ஊர்ல
இடம் இல்லாத போச்சு"

என்று பாடை கட்டுபவரின் பாஷையில் நச்சென்று பதிவு செய்திருப்பது நன்று.

இக்கவிதையில் துக்கவீட்டுச் சூழலையும், நகரவாசிகளின் உணர்வுகளையும் கவிதையில் காட்சிப்படுத்தியிருப்பதைப் பார்க்கும்போது ஓர் இயக்குநராக பிருந்தாசாரதி நம் நினைவுக்கு வருகிறார்.

'காதலின் குருதி' கவிதையில் ஒரு சிறுகதையை நம் நெஞ்சில் திரையிட்டு உள்மனதை உருக்குகிறார்.

அதில் –

"தூக்கம் வெளியேறிய அறையில்
பாய் விரித்துப் படுத்திருக்கிறது விதி"

என்ற வரி அற்புதமான படிமம்.

"உயிரைக் கொடுத்தாவது
உன் பிரார்த்தனையை நிறைவேற்றுவேன்
நந்தி காதில் சொல்லும் ரகசியத்தை
என் காதில் சொல்"

என்றெல்லாம் 'தலபுராணம்' கவிதையில் காதல் உணர்வுகள் காட்சிப்படுத்தப்பட்ட விதம் அழகு.

இன்னும் இந்தத் தொகுப்பில் நான் ரசித்த வரிகள்:

"அற்புதங்கள் நிகழ்வது
கணங்களில்
காத்திருக்க வேண்டும்
யுகங்களில்."

"வானேறிச் சென்றாலும்
பட்டம் அறியுமா
பறவையின் சுதந்திரம்?"

●

"பறவைக்குத் தேவை
பறக்கும் சுதந்திரமும்
பறக்காமல் இருப்பதற்கான உரிமையும்."

●

"முத்தாகும்
மழைத்துளியை விடவும்
மதிப்பு மிக்கது
தாகம் தீர்க்கும் மழைத்துளி."

●

தெளிந்த மொழி; குளிர்ந்த சொற்கள்; செறிந்த சிந்தனை, வாசகனைக் குழப்பாத துல்லியம் எல்லாம் கூடி பிருந்தாசாரதி கவிதைகளை நேசிக்க வைக்கின்றன. யார் இந்த பிருந்தா சாரதி? யோசிக்கவைக்கின்றன.

தொடர்க தம்பி. கவிதைக்கும் தொடர்ச்சி வேண்டும் – சுவாசம்போல.

உனக்கு என் வளர்பிறை வாழ்த்துக்கள்.

அன்புள்ள
வைரமுத்து

சென்னை
25.03.2016

காலங்கடந்தும் கரமொன்று புரட்டும்

இயக்குநர் நாசர்
தலைவர், தென்னிந்திய நடிகர் சங்கம்

ப்ருந்தா சாரதி...

"அவதாரம்" திரைப்படம் உருவாக்க முற்பட்டபோது கடைசியாய் வந்து சேர்ந்த துணை இயக்குநர்... அக்காலகட்டத்தில் "சார் என் கையெழுத்து நல்லாயிருக்கும்" என்று சொல்லித்தான் துணை இயக்குநர்கள் இணைவார்கள். அதற்கு ஒரு மரியாதையும் தேவையும் இருக்கத்தான் செய்தது. DTP பிரிண்டிங் தன் இருப்பை அறிமுகப்படுத்தியிருந்த காலகட்டம் அது... அப்போதுதான் ப்ருந்தா வந்து சேர்ந்தான்.

அவனை சேர்த்துக்கொள்ள வேண்டிய அவசியம் அப்போது எனக்கு இருந்ததில்லை... ஏற்கனவே துணை இயக்குநர்களுக்கான பகுதி நிரவப்பட்டிருந்தது.

இவன் வந்தான்... ஒடிசலான தேகத்தோடு...

வந்தவன் உரிமையோடு என்னெதிரில் கிடந்த பிரம்பு நாற்காலியில் உட்கார்ந்தான்...

வழக்கமாய்... உக்காருங்க... பரவாயில்ல உக்காருங்க... என்றுதான் காட்சியாரம்பிக்கும்... இவன் வந்தவுடன் என் கெஞ்சல் இல்லாமல் நாற்காலியை பயன்படுத்திக் கொண்டான்... அவன் தன்னம்பிக்கை வெளிப்பட்டது...

பட்டென்று சொன்னான்... அவன் சொன்னதொனியில் ஓர் உணர்வு கடத்தப்பட்டது... அது "கிடைச்சாப் பாப்போம் இல்லன்னாலும் பரவால்ல" என்பது மாதிரிதான்...

மிகவும் பிரயத்தனப்பட்டு அவன் உதிர்த்த வார்த்தைக் கோர்வைகளை நினைவுபடுத்திப் பார்க்கிறேன்.

இதைத்தான் சொன்னான்...

“சார்... நான் நல்லா அழகா எழுதுவேன்... நான் சொல்லவந்தது எங்கையெழுத்தயில்ல... எங்கவிதைங்கள... இந்தாங்க என் தொகுப்பு” என்று “நடைவண்டி” என்ற முகப்பைக் கொண்ட புத்தகமொன்று கொடுத்தான்... நான் மேலோட்டமாய்ப் புரட்டினேன். “பொறுமையாகவே படிங்க... இந்தப்படத்துலதான் உங்களோட வேலசெய்யணுங்கற அவசியமில்ல, அடுத்த படைப்புலன்னாலும் பரவாயில்ல” என்றான்...

“அடுத்த படத்துல பாக்கலாம்” என்கிற தட்டிக்கழிக்கிற பதிலையும் சொல்லாதவாறு அவனே பேசி முடித்தான்... நான் அவனைச் சேர்த்துக்கொண்டேன்.

அப்புறம் அவதாரம் படம் பிடித்த நாட்களெல்லாம் கவியரங்கங்களாகவே நடந்தேறின...

“தேவதை” உருவாவதில் பங்கு பெற்றான்... பின்னர் கவிஞர் வைரமுத்து அவர்களிடம் உதவியாளராய் இருந்தான்...

பின்னர் இயக்குநர் ஆனான்... பல படங்களுக்கு வசனம் எழுதுகிறான்... ஆனால் எப்போதும் கவிஞனாய் இருந்திருக்கிறான்.

உண்மையில் ப்ருந்தா சொற்கருமி. சொற்ப வார்த்தைகள் கொண்டு நாலுபக்கம் சொல்லவேண்டியதை ‘நச்’என்று சொல்லிவிடுவான்.

இத்தொகுப்பில் கையாளப்பட்ட உணர்வுகள், உறவுகள், சமுதாயப்பிரச்சினைகள் நமக்கு புதிதல்ல, அனுபவப்பட்டவைதான். அவற்றைச் சொல்ல, எழுத நமக்கு பக்கம் பக்கமாய் வார்த்தைகள் தேவைப்படும்போது, இக்கவிஞன் தேர்ந்தெடுத்த சொற்ப வார்த்தைகளால் அவற்றை முகத்திலடித்தாற்போல் அல்லது தென்றல் தீண்டுவதுபோல் கன்னஞ்சிவக்க உணரச் செய்வதுதான் சிறப்பு.

காதல் பற்றி கவிதைகள் யார் வடித்தாலும் சரி என்னை அவ்வளவாய் வசீகரப்பதில்லை. ஆனால் ப்ருந்தாவுடைய இருபாலரின் உறவு குறித்த கவிதைகள் அப்பட்டமானவையாக இருக்கின்றன... நம் உள் மனம் பகிரத்துடித்ததை ப்ருந்தா அழகாய் பதிவு செய்திருக்கிறான்... “இரவுப் புரவிகளா”கட்டும், “கூடல் தேச”த்து கவித்துளிகளாகட்டும் ப்ருந்தாவின் சமூகப்பார்வை கொண்ட கவிகளாகட்டும் அற்புதம்தான்...

"நீயும் நானும்" என்ற கவிதை, நான் சென்னைவாசியாகிய பின் என்னைத் தொலைத்ததையும்... இதோ தாவி குதித்தால் போய்ச்சேரும் தொலைவிலுள்ள செங்கல்பட்டிற்கு அந்நியமாய் போனதையும் ஞாபகமூட்டி வெட்கச் செய்கிறது.

இருக்கும் நூற்றிச் சொச்சம் பக்கங்களில் சிறந்த பக்கமென்று தேர்ந்தெடுக்கச் சொன்னால், திணறடிக்கச் செய்கிற காரியமென்றாலும், ஆறறிவு படைத்தவன் என்று தன்னைத்தானே பீற்றிக்கொள்ளும் மனிதன், தன் தற்கால வாழ்வியலை இப்படியே நீட்டிக்கொண்டு போனால் காலங்கடந்து மக்கிய குப்பைக்கும் கீழானவன் என எச்சரிக்கும் "விதைகள் போற்றி" என்பதைத்தான் சொல்வேன்.

சரி ப்ருந்தா... எழுது, மேலும் எழுது... உன் காதற்தீ அணைந்து போகுமோ அல்லது சமுதாயக் கோபம் தணிந்து போகுமோ தெரியாது... நீ கவிஞன்... உன் கடமை கவி புனைவது...

பதிவு செய்... எல்லாவற்றையும்...

அம்மணத்தை, அவமானத்தை, ஆனந்தத்தை.

கனவை, கனவின் கதகதப்பை,

நிஜத்தை, நிஜத்தின் அருவருப்பை...

காலங்கடந்தும் கரமொன்று புரட்டும் உன் கவித்தொகுப்பை.

வாழ்த்துக்கள்.

என்றும் போல் அதே அன்பும், வாஞ்சையும்

ம.நாசர்

சொல்லாத வார்த்தைகள்...

என் முதல் கவிதைத் தொகுதி நடைவண்டி 1992–இல் வெளிவந்தது. உதவி இயக்குநராக வாய்ப்பு தேடிச் சென்னைக்கு வந்தபோது இயக்குநர்களிடம் என்னை அறிமுகப்படுத்திக் கொள்ள உதவியாக அதுவரை நான் எழுதிய கவிதைகளில் இருந்து சிலவற்றைத் தொகுத்து அச்சிறு நூலைக் கொண்டு வந்தேன். அத்தொகுதி வெளிவந்து 24 ஆண்டுகள் ஆகிவிட்டன. இந்த இடைவெளியில் புத்தக வெளியீட்டில் எனக்கு ஆர்வம் இருக்கவில்லை. ஆண்டுக்கொரு முறை வெளிவரும் 'தை' இதழுக்காக அண்ணன் அறிவுமதி என்னிடம் கவிதைகள் கேட்பார். அவ்விதழில் இரண்டு மூன்று கவிதைகள் வெளிவந்தன.

கவிதைகள் எழுதி வெளியிடாவிட்டாலும் என் பேச்சும் மூச்சும் கவிதை என்பதை என்னைச் சுற்றியிருப்பவர்கள் அறிவார்கள். தொடர்ந்து பத்திரிகைகளில் வெளியாகும் கவிதைகள் என் கவனத்தை ஈர்த்தபடியே இருந்தன.

இரண்டு ஆண்டுகளுக்கு முன் என் நண்பர் இயக்குநர் என்.லிங்குசாமியின் 'லிங்கூ' வெளிவந்ததையொட்டி நானும் ஒன்றிரண்டு கவிதைகளை எழுதினேன். பின் முகநூலில் கணக்குத் தொடங்கி என்ன எழுதுவது என்று புரியாமல் திகைத்துக்கொண்டிருந்தபோது கைகொடுத்தது கவிதை. தினசரி ஒரு கவிதை எனப் பதிவு செய்தேன்.

ஒரு நாள் 'ஞாயிற்றுக்கிழமைப் பள்ளிக்கூடம்' என்று சற்று நீண்ட கவிதை ஒன்றை எழுதி லிங்குசாமியிடம் படித்துக்காட்டியபோது அவர் மிகவும் ரசித்து 'இது விகடன்ல வரவேண்டிய

கவிதை... அனுப்பி வை... நல்ல ரீச் இருக்கும்...!' என்றார். அதே போல் அனுப்பினேன். இரண்டு பக்கங்களில் அழகான படத்தோடு அக்கவிதை வெளிவந்தது.

மதுரையில் இருந்து சென்னைக்கு வந்துகொண்டிருந்தேன். காலை 6:30 மணிக்கு ஒரு தொலைபேசி அழைப்பு. கவிஞர் வைரமுத்து... 'விகடனில் உன் கவிதையைப் படித்தேன்யா... பிரமாதமா இருக்கு...' என்று பாராட்டியதுடன், 'இப்படியெல்லாம் எழுத முடியும்னா... நீ எழுதாம இருக்கக்கூடாதுய்யா... தொடர்ந்து எழுதி இந்த ஆண்டே ஒரு தொகுதி கொண்டு வா...' என்றார். அவர் அன்போடு கூறிய அவ்வாழ்த்தை ஓர் ஆணையைப் போல் நான் ஏற்றுக்கொண்டேன். தொடர்ந்து எழுதி இதோ ஒரு நூல் தயாராகி அவரது வாழ்த்துரையோடு வெளிவருகிறது. அவரது 'திருத்தி எழுதிய தீர்ப்புகள்' மற்றும் 'இன்னொரு தேசிய கீதம்' ஆகிய நூல்களை ஆர்வத்தோடு வாங்கிப் படித்த என் கல்லூரி நாட்கள், என்றும் நினைவில் மறக்காதவை.

அவரைப் போலவே எனக்கு மிகவும் பிடித்த கவிஞர்கள் பலருண்டு. கவிஞர்கள் அப்துல் ரகுமான், மு.மேத்தா, மீரா, அறிவுமதி என்று ஒரு புறமும் ஞானக்கூத்தன், பசுவய்யா, ஆத்மநாம், சுகுமாரன், கலாப்ரியா, வண்ணதாசன், விக்கிரமாதித்யன் என மறுபுறமும் இருவேறு போக்குகளிலும் மூழ்கியிருந்தேன். இவர்களைத் தவிர கண்ணதாசனின் திரையிசைப் பாடல் வரிகள் என்னை மிகவும் வசீகரித்தவை. மட்டுமல்ல... இளையராஜா–வைரமுத்து கூட்டணிக் காலங்களில் பிறந்த பாடல்களும் நான் கவிதை எழுதத் தொடங்கக் காரணம்.

இந்நூலுக்கு அணிந்துரை, வாழ்த்துரை எழுதிய நான்கு பேரும் இயக்குநர்கள். அவர்களில் மூன்று பேர் நான் உதவி இயக்குநராகப் பணியாற்றிய இயக்குநர்கள். நாசர் அவர்களிடம் 'அவதாரம்', 'தேவதை' ஆகிய படங்களிலும், கவிஞர் வைரமுத்து அவர்களிடம் 'கவிதை பாடுங்கள்' என்ற தொலைக்காட்சித் தொடரிலும், இயக்குநர் லிங்குசாமியிடம் 'ஆனந்தம்' படத்திலும் பணியாற்றினேன். என் நண்பர் கவிஞர் ரவி சுப்ரமணியனும் ஓர் ஆவணப்பட இயக்குநர். இவர்கள் எல்லோரும் என்மீதுகொண்ட அன்பினால் மனம் திறந்து பாராட்டியிருக்கிறார்கள். நீண்ட நாட்களாக எழுதாமல் இருந்த எனக்கு உற்சாகம் தரும் நோக்கத்திலேயே அவர்கள் இவ்வளவு தாராளமாகப் பாராட்டியதாக நினைக்கிறேன். அவ்வார்த்தைகளை மெய்ப்பிக்க இனிமேல்தான் நான் உழைக்க வேண்டும்.

இந்நூலின் கவிதைகளைத் தொகுக்கும்போது ஆர்வத்தோடு உதவிய இயக்குநர் லிங்குசாமி, அண்ணன் அறிவுமதி, கவிஞர் ஜெயபாஸ்கரன், கவிஞர் ரவிசுப்ரமணியன் ஆகியோருக்கு என் அன்பான நன்றிகள்.

முக்கியமாக முகநூலில் என்னைத் தொடர்ந்து வாசித்து உற்சாகமூட்டிய அனைத்து நண்பர்களுக்கும் இந்த நேரத்தில் நன்றி சொல்லியே ஆகவேண்டும். நன்றி.

மேலும், அச்சாக்கத்தில் உதவிய உதவி இயக்குநர்கள் அருண் உத்திராபதி, பிரபு, ஸ்ரீதரன் காஷ்யப் ஆகியோருக்கும் என் அன்பு.

நூலை வெளியிடும் டிஸ்கவரி புக் பேலஸ் வேடியப்பனுக்கு நன்றியும், வாழ்த்துகளும். இவர் எனது உதவி இயக்குநராக பணியாற்றியவர் என்பது கூடுதல் தகவல். DTP வேலைகளைச் செய்த பிரகாஷுக்கும், புத்தகத்தை சிறப்பாக லே-அவுட் செய்துள்ள கவிஞர் வெய்யிலுக்கும் என் அன்பும் நன்றியும். அழகான ஓவியங்களால் இந்நூலை உயர்த்திய ஓவியர் ட்ராட்ஸ்கி மருது அவர்களுக்கும், கவிதைகளை வெளியிட்ட பத்திரிகைகளுக்கும் என் மனமார்ந்த நன்றி.

இந்நூல் வெளிவரும் இச்சமயம் என் நண்பர்கள் சிலர் இல்லை. கலை விமர்சகர் தேனுகா, கவிஞர் தென்னிலவன், இலக்கிய சந்திப்பு அ.முத்து ஆகியோர் இருந்திருந்தால்... என்னைவிடவும் அதிகம் மகிழ்ந்திருப்பார்கள். இவற்றை வாசித்து சில இரவுகள் இலக்கிய விவாதம் நடந்திருக்கும். இல்லாத அவர்களோடு சொல்லாத வார்த்தைகளால் அவ்வுரையாடலைத் தொடர்ந்து நடத்துவேன்.

அனைவருக்கும் மீண்டும் நன்றி.

அன்புடன்,
பிருந்தாசாரதி
brindasarathi@gmail.com

உள்ளே...

1.	வானவில் விற்பவன்	23
2.	மின்சாரக் கொசு மட்டை	25
3.	நிலை	29
4.	இன்னொரு நீ இன்னொரு நான்	30
5.	வேப்ப மர வாசனை	32
6.	அபயம்	34
7.	தல புராணம்	36
8.	பட்டம்	39
9.	விதைகள் போற்றி	40
10.	அன்பானவன்தான் மனிதன்	42
11.	இரவுப் புரவிகள்	44
12.	ஞாயிற்றுக்கிழமைப் பள்ளிக்கூடம்	46
13.	பெயர்ப் பறவைகள்	49
14.	மறப்பதற்கு முன் சில கேள்விகள்	52
15.	இரவல் புன்னகை	54
16.	இசை தரும் சிறகு	56
17.	அற்புதங்கள்	59
18.	நிராகரிக்கப்பட்ட வணக்கம்	60
19.	தோரணம்	62
20.	நான்காவது கால்	64
21.	மூன்றாவது கண்	67
22.	வண்ணக்குடை பிடித்து வருபவள்	69
23.	நகரச் சாவு	70
24.	கண்ணாடி: சில குறிப்புகள்	72
25.	என் மருந்து நீ உன் மருந்து நான்	74
26.	ஈருயிர் கொண்டவன்	76

27.	மறை பொருள்	79
28.	நீயும் நானும்	80
29.	கடவுளைச் சந்திக்கச் சென்றிருந்தபோது	82
30.	அந்நியமாதல்	86
31.	பயணக் குறிப்புகள்	88
32.	விடுமுறை நாளில் உன் நினைவு	90
33.	தவிட்டுக் குருவி	94
34.	கனவு ரயில் தேவதை	96
35.	ஓர் இலையைக் கிள்ளினால்...	100
36.	அந்தப் பாவம்தான்	102
37.	சிதம்பரம்	103
38.	கூடல் தேசம்	104
39.	மானசீகப் பயணம்	111
40.	வலிகளைப் பரிமாறிக் கொள்வோம்	112
41.	காரணம் சொல்கிறேன் கேள்	114
42.	ஒரு கோமாக்காரனின் எழுதப்படாத கவிதை	116
43.	உலகின் கடைசி மனிதன்	120
44.	பழிவாங்கல்	122
45.	ஜன்னல் திறக்கும் பூனை	125
46.	கொந்தளிப்பு	127
47.	வலி	128
48.	என் கைபேசி எண் உன்னிடம் இருக்கிறதா?	130
49.	உள் அலை	132
50.	எனக்குள் ஒருவன்	135
51.	கால எந்திரம்	136
52.	மதிப்பு	139
53.	காலத் தழும்புகள்	140
54.	அன்பின் கோப்பை	143
55.	சுய தண்டனை	144

56.	சமன்	147
57.	நினைவுப் புற்று	148
58.	காதலின் குருதி	150
59.	உடனே நடு ஒரு பூச்செடியை	152
60.	கரிசனம்	153
61.	அஞ்சலி மலர்கள்	154
62.	விதி	156
63.	ரோஜா முள்	158
64.	பூரிப்பு	161
65.	வினையெச்சம்	162
66.	கண்கள் கொடு	166
67.	அடி	168
68.	காலாவதி ஆகாத காந்தம்	170
69.	தண்ணீர் நாட்கள்	173
70.	நீராண்மை	176
71.	பாரம்	180
72.	புரியாத புத்தகம்	1181
73.	சாதனை	185

வானவில் விற்பவன்

சாப்பாட்டுக்கடை தேடி
அலைந்து கொண்டிருந்தான்
வானவில் விற்பவன் ஒருவன்.

வானவிற்களை வாங்கிக் கொண்டு
பண்டமாற்றாக
சாப்பாடு கொடுப்பவர் எவரும்
நகரில் கடை வைத்திருக்கவில்லை.

அன்று முழுக்க ஒரு வானவில்கூட விற்காததால்
காசு எதுவும் அவன் கையில் இல்லை.

அலுத்து களைத்த அவன்
கைவசம் இருந்த வானவிற்களை
இலவசமாக
யாருக்காவது கொடுத்துவிட்டு
தன் இருப்பிடம் திரும்பும்
முடிவில் இருந்தபோது
வழியில் பார்த்தான்
பள்ளிச்சிறுமி ஒருத்தியை.

தன் வானவிற்களைக் அவளிடம் கொடுத்து
உன் தோழிகளுடன்
இதை வைத்து விளையாடு என்றான்.

வாய் கொள்ளாச் சிரிப்புடன்
வாங்கிய சிறுமி

தன் தோள் பையைத் திறந்து
தின்பண்டங்களை எடுத்து
அவனிடம் நீட்டி
என்னிடம் காசு எதுவும் இல்லை
இவற்றை வாங்கிக் கொள்வாயா
என்று பரிதாபமாகக் கேட்டாள்.

சந்தை பற்றி ஏதும் அறியாமல்
வியாபாரம் செய்ய வந்த தனக்கு
தேவதையாய் உதவிய அவளுக்கு
நன்றி கூறி அத் தின்பண்டங்களை
வாங்கி உண்டான்.

வானவிற்களை
இடுப்பில் கட்டிக் கொண்டு
வீட்டை நோக்கிப்
பரவசத்தோடு பறந்து சென்றாள் சிறுமி.

கடவுளின் தேசத்தில்
பங்குச்சந்தையின் மதிப்பு
கிடுகிடு என்று உயரத் தொடங்கியது.

மின்சாரக் கொசு மட்டை

நானும் வேட்டைக்காரனாக
மாறினேன்
மின்சாரக் கொசு மட்டை ஒன்றை
வாங்கிய பிறகு.

வேறெங்கும் காட்டமுடியாமல்
அடக்கிவைத்த
என் கோபங்கள் எல்லாம்
பீறிட்டுக் கிளம்புகின்றன
அடங்கா வெறிகொண்டு.

நம் ரத்தத்தைக் குடிக்கும்
எத்தனையோ பேரின்
ஒட்டுமொத்த வடிவமாகவும்
ஒரே குறியீடாகவும்
நினைக்கத் தொடங்கினேன்
கொசுக்களை.

கொலைவெறி
கொந்தளிக்க
கொசு மட்டையை
ஏ.கே.47ஆக பாவித்து
சுட்டுத்தள்ளத் தொடங்கினேன்.

சட்டத்தின் சந்து பொந்துகளில்
தப்பித்துப் பிழைக்கும்
மோசடிப் பேர்வழிகளுக்கு
சற்றும் சளைத்தவையல்ல
இந்தக் கொசுக்கள்.

மட்டையின் ஓட்டைகள்
சட்டத்தின் சந்து பொந்துகள் அளவுக்குச்
சுலபமானவையாக
இல்லாமல் போனாலும்
குற்றம் புரிந்துவிட்டுத்
தப்பித்து வாழும்
மனிதர்கள் அளவுக்கு
சாமர்த்தியசாலிகளாக இல்லை
கொசுக்கள்.

மட்டையில் மாட்டி
படபடவென்ற வெடியோசையோடு
மடிந்து விழுகின்றன.

வீழ்ந்தான் எதிரி
என்ற எக்களிப்பைத் தருகின்றன
அவ்வோசைகள்.

ஆழ்மனதின்
நெடுங்கால ரகசிய இச்சையைத்
தீர்க்கின்றன பிணவாடைகள்.

இறகுப் பந்து ஆடுவது போல்
விளையாட்டாக
நடந்து முடிகின்றன
கொத்துக் கொத்தாய்க்
கொலைகள்.

இம்மட்டையை
வடிவமைத்தவன்
ஒரு மனோதத்துவ நிபுணன்.

உள்ளுக்குள் புதைந்து கிடக்கும்
ஆதிமனிதனின்
அடங்காத வேட்டை வெறிக்குத்
தீனி போடும்
நவீன ஆயுதம் ஒன்றைக்
கண்டுபிடித்துவிட்டான்.

என்போன்ற எளிய மனிதர்கள் கையிலும்
தண்டிக்கும் அதிகாரம் இருப்பதாய்
எண்ண வைக்கிறது அது.

அது கொசுக்களை மட்டும் அழிக்கவில்லை
அநியாயங்களைக்
கண்டும் காணாமல் இருக்கிறேன் என்ற
என் குற்றவுணர்ச்சியையும்
அழிக்கிறது ஒருவகையில்.

அதைவிட முக்கியமானது
கொலைகூடச் செய்துவிட்டு
மனிதன் எப்படி
உறுத்தல் எதுவும் இன்றி
வாழ முடியும் என்கிற
என் சரித்திர சந்தேகத்தைத்
தீர்த்து வைக்கிறது.

●

நிலை

'உன் இடம் மாறும்போது உலகம் மாறுகிறது'

'உலகம்தான் உன் இடத்தை
மாற்றுகிறது'

'உலகத்தில் உன் இடத்தை நீ தீர்மானிக்கலாம்'

'உலகம் இடம் இரண்டையும் தீர்மானிப்பது நீயல்ல'

'உன் இடம் உன் உலகம்'

'உன் இடம் என் உலகம்'

'என் உலகத்தில் உனக்கு இடமில்லை'

'இது உலகமே இல்லை'

'உலகமாவது இடமாவது
எல்லாம் காலம்'

'அது சரி
நான் எங்கே?'

இன்னொரு நீ இன்னொரு நான்

நீயும் நானும்
சந்திக்கும் போது
நாம் இருவர் மட்டும்
சந்திப்பதில்லை.

நமக்குள் இருக்கும் இருவரும் கூட
சந்தித்துக் கொள்கிறார்கள்.
அவர்கள்
உனக்குள் இருக்கிற ஆணும்
எனக்குள் இருக்கிற பெண்ணும்.

நம் நிழல்களின் நிழலாய்
வாழும்
ரகசிய ஜீவன்கள் அவர்கள்.

நாம் பேசும் போது
மௌனமாய் நம்மையே
கவனித்துக்கொண்டிருப்பார்கள்
நம் வார்த்தைகளின் பொய்களைக்
கேலி செய்தபடி.

நாம் மௌனமானால்
தொடங்கும்
அவர்களின் உரையாடல்.

ஒரு நாள்
அவர்கள் பேச்சைக்
கவனித்தேன்.

அப்போது தெரிந்தது
உனக்குள் எவ்வளவு
ஆசைகள் இருக்கின்றன என்பதும்
எனக்குள் எவ்வளவு
வெட்கம் இருக்கிறது என்பதும்.

●

வேப்ப மர வாசனை

கரும் பட்டை உரிக்கக் கசிந்துவரும்
வேப்ப மரத்தின்
பச்சை வாசனையில்
நினைவுக்கு வருகின்றன
என் பால்யமும்
பள்ளித் தோழியே
உன் கலங்கிய முகமும்.

பனிரெண்டு வயதிருக்கலாம் அப்போது.
ஏழாம் வகுப்பு என நினைவு...

வகுப்பாசிரியர் கூறிய
வீட்டுப் பாடத்தைச்
செய்யாமல் வந்ததால்
தண்டனை பெற்று
வகுப்புக்கு வெளியே நின்றோம் நீயும் நானும்.

கண் கலங்கி நின்ற நிலையில்
அனிச்சையாய்
உன் பிஞ்சு விரல்கள் உரித்தன
ஏற்கெனவே உரிந்திருந்த
பள்ளி வேப்ப மரத்தின்
மேல் பட்டைகளை.

அப்போது
ஈரம் கசியப் பரவிய
வேம்பின் வாசனையில்
கலந்துவிட்டது உன் நினைவு.

அதன்பின் எங்கே
வேப்பம் பட்டை உரித்தாலும் வராமல் இருப்பதில்லை
அந்த தண்டனையும்
உன் ஞாபகமும்.

விடுமுறையில் வீட்டில் தரும் கசாயத்தை
விரும்பிக் குடித்ததும்
அதன் பிறகே.

இப்போது கிராமம் ஒன்றிற்குப் போயிருந்தேன்
ஒரு நண்பனின் திருமணத்திற்கு.

அங்கே ஒரு வேப்ப மரம்.
பார்த்ததும்
பட்டையை உரித்து
வாசனை நுகர்ந்தேன்
சிறிதளவு தின்றும் பார்த்தேன்.

அதில் கசப்புடன் கொஞ்சம்
கரிப்பும் கலந்திருந்தது
அன்று உன் கண்களில்
தளும்பிய கண்ணீர் இன்னும்
என் நினைவிலிருப்பதால்.

●

அபயம்

அரூபக் காட்சிகளின்
கனவு வலைகளில் சிக்கி
மூச்சையுற்று கிடக்குமொரு
உறக்கப் பொழுதில்
அபயமென வருகிறது
உன் நினைவு.

கூடவே எழுகிறது
அபூர்வமான உன்
உடல் மணம்.

பருவம் தவறிப் பெருக்கெடுக்கும்
நதி வெள்ளத்தில்
மிதந்து வரும்
காட்டு மூலிகைகளின்
வாசனையே
போதுமானதாய் உள்ளதடி
எந்த மருந்திலும் தீராத
என் நோய்க்கு.

வான் திறந்து வந்த
ஆகாய கங்கையை
ஜடாமுடியில் வாங்கிய
சிவனாக முடியாமல்
பெரும் ஏக்கத்தில்
அலைகழிகிறது
இந்த பகீரதனின் தவம்.

ஆடல்வல்லானின்
சந்நிதியில்
அபிநய விரல்களால் குறிப்புணர்த்தி
ஒயிலாய் நிற்கும்
சிவகாமியின் கருணையை
உன் முகத்தில் தீட்டுகிறது
மனதை வரையும் தூரிகை.

செவிப்புலன் தாண்டிய
நுட்ப ஓசையாய் கேட்கிறது
உன் குறுநகை அப்போது.

அர்த்த ஜாமங்களில்
தாகத்தில் தவித்த இளமையின்
வறண்ட நினைவுகளைக்கூட
நிரப்புகிறது
உன் ஈரம் நிரம்பிய
சொற்களின் எதிரொலி.

நிதானமாய் நின்று எரியும்
அகல்விளக்கின்
சுடரில் இருந்து வெளிவருகிறாய்
என் பகல் விளங்க.

கோவில் காண்டாமணி
அதிர்ந்து அடங்கி
இதழ் இதழாய்ப் புலர்கிறது காலை
உன் பூஜைக்காக.

●

தல புராணம்

காதல் வழிகிறது
பிரகாரச் சுவர்களில்
எண்ணெய்ப் பிசுபிசுப்போடு
எழுதப்பட்டிருக்கும்
ஆண் பெண் பெயர்களில்.

மீன்களுக்கு
நீ போட்ட பொரியில்
ஒன்றையெடுத்து நான் தின்றது
வாழ்க்கை முழுவதும்
உன் கையால் பசியாற வேண்டும்
என்ற ஆசையில்

மழையில் நனைந்திருக்கும்
அந்த கற்சிலையில் தெரிகிறது
உன் சாயல்

உயிரைக் கொடுத்தாவது
உன் பிரார்த்தனையை
நிறைவேற்றுவேன்
நந்தி காதில் சொல்லும்
ரகசியத்தை
என் காதில் சொல்.

பிருந்தா சாரதி

நீ பேசுவதைக் கேட்டு
மயங்கிப்போய்
பக்கவாத்தியம் வாசிக்கிறது.
கல் மண்டபத்துச் சிற்பம் ஒன்று.
*

மேளதாளம் நாதஸ்வரம்
மாலை தோரணம்
இவை மட்டுமல்ல
அவளும் இருக்கிறாள் கண்முன்னே.
கண் திறக்கவேண்டும்
கடவுள்.
*

ஆயிரம் வருடங்கள்
மண்மூடிக் கிடந்து
அங்கம் சில
சேதாரம் அடைந்திருந்தபோதிலும்
அழகு குறைவின்றிச் சிரிக்கிறாள்
அகழ்வாராய்ச்சியில் தோண்டி எடுக்கப்பட்ட
அந்தச் சிற்ப அழகி.
*

மணியோசை ஓய்ந்த பிறகும்
அதிர்ந்துகொண்டிருக்கிறது
உன் காது ஜிமிக்கி
*

மாய உலகில் நுழைகிறேன்
கோவிலில் வீசும் அபூர்வ வாசனையோடு
உன்னைச் சேர்த்துப் பார்க்கும்போது.
*

சுடரற்ற திரியிலிருந்து
வரும் வெளிச்சம்
நீ சென்ற பிறகு
நான் எழுதும் இந்தக் கவிதைகள்.
*

வானேறிச் சென்றாலும்
பட்டம் அறியுமா
பறவையின் சுதந்திரம்?

விதைகள் போற்றி

வானத்தின் உயரத்தையும்
பூமியின் ஆழத்தையும்
அளவெடுக்க நம்பிக்கையுடன் புறப்படுகிறது
மண்ணில் முளைவிடும்
பிரபஞ்சத்தின்
இன்னொரு விதை.

இன்றைய பூமிக்குக் கொஞ்சம் ஆக்ஸிஜன் ஈவதும்
நாளைய வானுக்குச் சில மேகங்களைச்
சூல் கொள்ள வைப்பதும்
இயற்கையின் இந்த சின்னஞ்சிறு இயக்கம்தான்.

இப்படித்தான்
இயங்கியது இயற்கை
மனிதன் இல்லாத உலகில்.

இப்படித்தான்
இயங்கும் அது
மனிதன் ஒருநாள் இங்கு
இல்லாமல் போனாலும்.

அதற்குத் தெரியும்
மனிதன் அழிந்தாலும்
உலகம் அழியாது நீளும் என.

அந்த
உயிர் இயக்கத்தை நோக்கியே
அது பயணிக்கிறது
சங்கிலித் தொடரின் கண்ணி அறாமல்.

ரசாயன, மின்னணுக் குப்பைகளாலும்
அணு உலை, ப்ளாஸ்ட்டிக் கழிவுகளாலும்
பூமிக்கு மனிதன் சமாதி கட்டினாலும்
அந்தச் சமாதியை
அலட்சியமாய்
முட்டித் திறக்கும்
சின்னஞ்சிறு ஒரு விதை
தனக்கான மேகத்தை
தானே சூல் கொண்டு.

●

அன்பானவன்தான் மனிதன்

அன்பானவன்தான் மனிதன்
அவன் அன்பை வெளிப்படுத்த
அவனுக்குத் தேவை
ஓர் அடிபட்ட நாய்.

நல்ல நாய்களைப் பார்த்தால்
கல்லைத் தேடுவது
அவன் வழக்கம்.

நாயைக் கண்டால்
கல்லைக் காணோம் என்பது
அவனது நெடுநாளைய வருத்தம்.

அன்புதான்
அவன் லட்சியம்.
அந்த லட்சியத்தை அடையவே அவன்
அடிபட்ட நாய்களைத் தேடுகிறான்.

கிடைக்காத போது
அவற்றை உருவாக்கியாவது
அன்பு செலுத்துவான்.

இடையறாமல் அன்பு செலுத்தவே
அவன் விரும்புகிறான்.
அது தடைபடும்போது
மார்பில் கட்டிய பாலாய்
அன்பு நெறி கட்டி
வலியில் துடித்துப் போவான் அவன்.

அன்புதான் அவனது மூச்சு.
மூச்சுத்திணறல் வராமல்
தன்னைக் கவனமாகக்
கவனித்துக் கொள்கிறான்.

தன்னை மனிதனாக
உணர வைப்பவை
அடிபட்ட நாய்கள் என்பதால்
அவற்றுக்காக
காத்திருக்கத் தொடங்குகிறான் அவன்.
●

இரவுப் புரவிகள்

பித்தத்தில் ஆழ்த்துகின்றன
முதுகில் உரசும் உன்
சூடான சுவாசங்கள்.

இரவைத் தீப்பற்ற வைக்கின்றன
மோகம் தளும்பும் உன்
சர்ப்பப் பார்வைகள்.

கனவுநிலை தாண்டிய மயக்கத்தில் மூழ்கடிக்கும்
உன் தணல் தடவிய தீண்டல்கள்.

வாழ்க்கையின்
அதி அற்புத கணங்களைப் பரிசளிக்கின்றன
கதகதப்பான உன் தழுவல்கள்.

தரைமட்டதிற்கு வந்துவிட்ட
வானத்திலிருந்து
நட்சத்திரங்களைப் பறித்துக் குதப்பியபடி
உன் உதடுகளைக் கவ்வி முத்தமிடும்போது
அவற்றை உன் நாவினால்
பறித்துக் கொள்கிறாய்.

தொடரும் பயணத்தடங்களுக்கு
வழிகாட்டும் இருளுக்கு
நன்றி சொல்ல நேரமில்லாமல்
முன்னேறிக்கொண்டிருக்கிறோம்.

மூச்சுக்காற்றின் பேரோசை
முடிவில்லாமல்
எதிரொலிக்கிறது நெஞ்சாங்கூட்டில்.

இரத்த ஓட்டத்திடம்
பந்தயம் கட்டிய
எண்ண ஓட்டம்
அதற்கு ஈடு கொடுக்கக்
கடுமையாகப் போராடுகிறது.

ஆண்டால் என்ன
ஆளப்பட்டால் என்ன
கடிவாளத்தைத் தளரவிட்டுப்
பயணிக்கின்றன
இருளடர்ந்த
இரவின் நீண்ட சாலையில்
இரண்டு புரவிகள்.

வெற்றிக்கும் தோல்விக்குமான பேதங்கள்
அங்கு இல்லை.

அகாலத்தின் அந்தகாரத்தில் விரைகிறது
காலம்கடந்த ஒரு தொடர்கதை.
*

ஞாயிற்றுக்கிழமைப் பள்ளிக்கூடம்

இரண்டாம் வகுப்பு 'அ' பிரிவில்
யாரோ ஒரு மாணவன்
மறந்துவிட்டுச் சென்ற
டிபன் பாக்ஸில்
சுற்றம் சூழ
விருந்துண்டு மகிழ்கின்றன
எறும்புகள்.

எட்டாம் வகுப்பு 'இ' பிரிவின்
அழிக்காத கரும்பலகையில்
படம் வரைந்து
பாகங்கள் குறிக்கப்பட்ட
தன்னைத்
திடீரென்று பார்த்துத் திகைக்கிறது
வழிதவறி வந்த
தவளை ஒன்று.

கருவுறாத தாய்மையின்
ஏக்கத்தோடு
திங்கட்கிழமைக்காகக்
காத்திருக்கும்
வெறுமையான வகுப்பறைகளுக்கு
ஆறுதல் சொல்லியபடி
அங்கும் இங்கும்
ஓடுகிறது
ஓர் அணில்.

பிருந்தா சாரதி

விடுமுறையை முழுமையாக அனுபவிக்கும்
விளையாட்டு மைதானத்தின்
நிம்மதியைக் கெடுப்பதுபோல்
பாலீதீன் பை ஒன்றை
கோல் போஸ்டில்
உதைத்துத் தள்ளுகிறது காற்று.

வழக்கமாகக் கேட்கும்
கைதட்டல் சத்தம் எதுவும் கேட்காததால்
வினோதமாகத்
திரும்பித் திரும்பிப் பார்க்கிறது
மைதான மூலை வாதாம் மரத்தில்
ஓய்வெடுக்கும்
மரங்கொத்தி ஒன்று.

எங்கிருந்தோ வந்த
ஒரு வண்ணத்துப்பூச்சி
எதையோ தேடுவதுபோல்
ஒவ்வொரு வகுப்பாகச் சுற்றிப்பார்க்கிறது...

கரும்பலகைகளிலும்
சுவரில் தொங்கும் வரைபடங்களிலும்
வாரம் முழுவதும் நடந்த
பாடங்களின் சுவடுகள்.
உலக வரலாறு
ஐன்ஸ்டைன் தத்துவம்
அயல் மகரந்தச் சேர்க்கை
திருக்குறள் மனப்பாடப்பகுதி என
ஒவ்வொன்றாகப் பார்த்து
ஆசிரியர்களின் ஓய்வறைக்குள்
அலுப்போடு நுழைகிறது.

அங்கே சுஜாதா மிஸ்ஸின்
ரோஸ் நிறக் குடையைப் பார்த்ததும்
சுறுசுறுப்பாக
ஒரு வட்டம் போட்டு
அதன்மீது சென்று அமர்கிறது குதூகலமாக.

பெயர்ப் பறவைகள்

விதவிதமாக உச்சரித்துப் பார்ப்பேன்
உன் பெயரை என் தனிமைகளில்.

புதுப் புது ருசி ஊறி
மாயாஜாலம் செய்யும் அது
எனக்குள்.

விரக்தியில் உற்சாகம் தரும்
உற்சாகத்தில்
விசிலடிக்க வைக்கும்
சோகத்தைத் துடைக்கும்
மகிழ்ச்சியின் ஊற்றைத் திறக்கும்.

வண்ணங்களின் இசையை மலரவைக்கும்
அதிசய மந்திரம் அது.

நீ பிறந்தது முதல்
இன்றுவரை உன் பெயரைப்
பலரும் உச்சரித்ததை
மொத்தமாகக் கணக்கிட்டாலும்
நான் உச்சரித்ததை விட
அவை குறைவாய்த்தான் இருக்கும்.

உண்மையில் உன்னைவிட
உன் பெயர்தானே அதிக நெருக்கம் எனக்கு.

குறுகிய ஒலி
நீண்ட ஒலி எனப் பலவித மாத்திரைகளில்
அதை சொல்லிப் பார்த்திருக்கிறேன்
பைத்தியம் போல்.

ஒரு வினோத நிகழ்வு
நானறியாமல் நடந்தபடி இருந்திருக்கிறது
அப்போதெல்லாம்.

என்னவெனில்
உன் பெயரை உச்சரிக்கும்
ஒவ்வொரு முறையும்
பட்டாம்பூச்சி
பொன்வண்டு
சிட்டுக்குருவி
பஞ்சவர்ணக்கிளி
ஒரு முறை மயில் எனப்
பல வகைப் பறவைகள்
பிறந்தபடி இருந்திருக்கின்றன
அவ்வொலிகளில் இருந்து.

அந்த சூட்சுமப் பறவைகள்
பகலில் வெளியில் சுற்றிவிட்டு
இரவில் என் உறக்கத்தில்
கூடடைந்த விபரம்
அண்மையில்
அவை ஒன்றோடொன்று
இட்ட சண்டையால்தான்
நானறிய முடிந்தது
ஒரு கனவு இடைவேளையில்.

ஒன்றை விட ஒன்று இனிமை என
அவை ஒவ்வொன்றும்
உரிமை கோருகின்றன.

அவற்றுக்கு உன்னை
அறிமுகம் செய்யும் நாளில்தான் ஓயும்
அழகான அச்சண்டை.

அதுவரை
ஒரு பறவைக் கம்பளம் பறக்கட்டும்
என் தலைக்கு மேல்.

ஆனால் அதற்குள்
அந்த ஒலிப்பறவைகளில் ஒன்றாக
நானும் மாறிவிடுவேனோ எனும்
பரவச பயம் வருகிறது
ரகசியமாக.

மறப்பதற்கு முன் சில கேள்விகள்

உன்னை மறப்பதற்கான
எல்லா வழிமுறைகளையும்
சொல்லித் தருகிறார்கள்...

அவற்றில் முக்கியமானது
எத்தனை நாளாய்
உன்னைத் தெரியும் என
நினைத்துப் பார்க்கும்படி. வேண்டுகிறார்கள்.

அவர்களுக்குக்
காலத்தைப் பற்றியும் தெரியவில்லை
காதலைப் பற்றியும் தெரியவில்லை.

ஒரு நிமிட விபத்தில் உயிர்
போவதில்லையா?
இன்னொரு நிமிட சுதாரிப்பில்
உயிர் வருவதில்லையா?
ஆயிரம் வருட அனுபவம்
அங்கு உதவுமா?

வருடங்களின் நீளம்
வயது கனக்கும் முதுமையல்லவா?
சில நிமிடங்களின் நினைவுகள்
ஆயுட்காலப் பரவசம் அல்லவா?
என்ன சொல்ல
அவர்களிடம்?

ஒரு கணம் பார்த்ததில்
ஒரு வாழ்க்கை வாழ்ந்து
முடித்து விட்டோம்

அதை நீங்கள் காண வாழ்வது
மட்டுமே பாக்கி என்பதா?

உங்கள் அனுபவக் கணக்குகளைக் கூறி
எனக்கென்ன ஓய்வூதியமா
பெற்றுத்தரப் போகிறீர்கள் என்று கேட்கவா?

முடிந்தால் என் வருடங்களை
நீங்களே எடுத்துக்கொள்ளுங்கள்
வாழ்வதற்கு
ஒரு சில நாட்கள் மட்டும்
கொடுங்கள் என்று கெஞ்சவா?

இதயத்திற்குக் காலக்கணக்கு இல்லை
என்பதைக் கூட அறியாமல்
இத்தனை வருடம்
என்ன வாழ்ந்து கிழித்தீர்கள் என்று சீறவா?

பல வருடங்கள் பழகி
அவர்கள் தராத மதிப்பை
உன்னிடம் பெற்றதைச் சொல்லவா?

உன்னை மறக்க முடியாமல் சாவது
அவர்களுக்கு சித்ரவதை அல்லவா ?

உன்னை நினைத்துக்கொண்டே
வாழ்வது
எனக்குச் சித்ரவதை அல்லவா?

எதையும் கேட்கத்
தயாராக இல்லாத காதுகளில்
நான் எத்தனை சங்கு ஊதினாலும்
ஏறப்போவதில்லை.
சங்கூதும் வாய்ப்பை
அவர்களே எடுத்துக் கொள்ளட்டும்.

இரவல் புன்னகை

நட்சத்திரங்கள்
பூக்கத் தொடங்கின
இலை உதிர்ந்த கிளைகளில்.

மாயாஜால வண்ணங்களால்
மெழுகப்பட்டது பூமி.

கனவை ஒத்த உலகமாய்
என் இருப்பிடத்தை மாற்றிவிட்டது
உன் வருகை.

உன் குரலெனும் அமிர்தத்தால்
தூரதூர உலகங்களின்
குதூகலங்களை கொண்டுவந்து
நிரப்பத் தொடங்கினாய் அங்கு.

பொருள் இழந்து போய்க்கொண்டிருந்தது
மொழி.
புரிபடாத புதிர்களின்
மர்ம முடிச்சுகள் அவிழ்ந்தபடியிருந்தன.

கேட்காத இசையின்
ரகசிய மீட்டல்களில்
சிலிர்த்தெழுந்தன உணர்வுகள்.

சிறகசையாமல் மோனத்தில்
பறந்தபடி இருந்தன
நம் எண்ணங்களின் உருக்கள்
நம் கண்ணெதிரில்.

தீண்டல் ஏதும் இல்லை
ஆனால் தித்தித்தது உயிரின் மூலம்.
மறக்கமுடியுமா
அந்நாளையும் அந்த நிமிடங்களையும்?

மீண்டும் மீண்டும்
அந்நினைவின் அலைகள்
நெஞ்சில் அலையடித்தபடி
இருப்பதால்தான்
வெயில் காயும் இன்றைய
மணல் காட்டை
எளிதாகக் கடக்க முடிகிறது
உன்னிடம் பெற்ற
இரவல் புன்னகையை அணிந்துகொண்டு.

●

இசை தரும் சிறகு

சூன்யத்திலிருந்து
எல்லையற்றதை நோக்கி
விரிவடைந்து கொண்டிருந்தது
இல்லை...
விரிவடைந்து கொண்டிருந்தேன்.

காலத்தில் இருந்தும்
புவி ஈர்ப்புவிசையில் இருந்தும்
விடுபட்டுக் கொண்டிருந்தேன்...
இல்லை..
விடுபட்டுக் கொண்டிருந்தது.

ஓட்டை உடைத்து வெளி வந்த
குஞ்சுப் பறவை ஒன்று
தன் சிறகு கிளர்த்தி
மெல்ல இறக்கை விரித்து
பறந்து
வானேறி
மேகங்கடந்து
விண்வெளியில் பயணித்து
மீண்டும் தரை இறங்கி
ஆறு குளம் அருவி ரசித்து
நீருக்கடியில் நீந்திப் பறந்து
மீன்கள் கண்டு
வான் கதை பகிர்ந்து
பறக்க விரும்பிய
மீன் ஒன்றை பக்கத்துணையாய் அழைத்து
செதில்களை சிறகாக்கும்

பிருந்தா சாரதி

விந்தை நிகழ்த்தும்
பொற்கணங்கள் நிகழ மயங்கி
கண்ணீரும் உவகையும் கலந்து பித்தாகி
சுரங்கம் இறங்கி
சிகரம் ஏறி
களைப்படையாமல்
கூடு திரும்புகையில்

அது
மழையின் பரவசமா
வானவில்லின் அதிசயமா
வாசனைக் கனவா
காதலின் தவிப்பா
தேடலின் அயர்ச்சியா
கூடலின் கவிதையா
எல்லாம் கடந்த மோனமா
புரியாமல் திகைக்கிறேன்
நீயே சொல்
இசைஞனே.

(இசைஞானி இளையராஜாவின்
Nothing But wind இசைத் தொகுதிக்கு)

அற்புதங்கள் நிகழ்வது
கணங்களில்
காத்திருக்க வேண்டும்
யுகங்களில்.

●

நிராகரிக்கப்பட்ட வணக்கம்

ஒரு வணக்கத்தை நீங்கள் நிராகரிக்கும் போது
ஒரு வணக்கத்தை மட்டும் நிராகரிக்கவில்லை.

ஒரு மனிதனை நிராகரிக்கிறீர்கள்.

ஒரு இதயத்தைக் காயப்படுத்துகிறீர்கள்.

ஒரு பண்பாட்டை அவமதிக்கிறீர்கள்.

எல்லாவற்றுக்கும் மேலாக
தீராத ஒரு பகையைச்
சம்பாதிக்கிறீர்கள்.

வணக்கம் ஒரு வார்த்தையல்ல என்பதை
நீங்கள் உணரும் தருணம்
வந்துவிட்டது.

பதில் வணக்கம் தருவதை
கோடிகளும் தர இயலாது.

பல சமயங்களில் வணக்கம்
ஒரு சடங்காக வெளிப்பட்டாலும்
சில வணக்கங்கள்
ஆத்மார்த்தமானவை.

அதை மதிப்பது
ஒரு துளி உயிரை
உங்களுள் ஊற வைக்கும்.

ஆனால் நீங்கள்
வேறு வேலையிலோ
கவனத்திலோ
இருக்கும்போது
ஒரு வணக்கம்
உங்கள் பார்வையில்
படாமல் போனால்
அப்போது
கைகுவித்த நண்பர்கள்
வணக்கம் போடக்கூடும்
உங்கள் நட்புக்கு.

அதனால் நீங்கள்
பதட்டமடையத் தேவையில்லை.
அது போன்ற சந்தர்ப்பங்களை
அவர்கள் சந்திக்கும்போது
உணரக்கூடும்
உங்கள் சங்கடத்தை.

அப்போது அவர்கள் உங்களுக்கு
இன்னொரு வணக்கம் இடுவார்கள்
ஆள் யாருமற்ற திடலிலோ
அல்லது ஏதோ ஒரு பொது இடத்தில்
எல்லோரும் தன்னைச் சூழ்ந்திருப்பதை
உணராமலோ.

அந்நேரம்
ஒரு குழந்தையோ
கடவுளோ
ரகசிய சிரிப்பொன்றை உதிர்ப்பார்கள்
அவர்களின் வெட்கத்தை
ரசித்தபடி.

தோரணம்

மாவிலைத் தோரணம்
கட்டி வைக்கப்பட்டிருக்கிறது
நிரந்தரமாக உன் வீட்டு வாசலில்.

அவை வாடாப் பசுமையுடன்
அழைப்பது யாரை?

உன் தெய்வீக சௌந்தர்யம் ஒளிரும்
பொன்னுடல்
கரும்பச்சைப் பட்டணிகிறபோது
அழியாக் காவியம் ஒன்றை
விருந்தளிக்கிறது கண்களுக்கு.

அவ்வுடையில் முன்பொருமுறை
உன்னைப் பார்த்துப்
பிரமித்து நின்ற கணத்திலிருந்து
மீளவில்லை இன்னும் நான்.

ஓர் ஆடி வெள்ளி அன்று
கோவிலில் எதிர்பட்ட
என்னை நீ
ஏறிட்டுப் பார்த்துத்
திரும்பியதிலிருந்து
அது என்னையா என்னையா என
எத்தனை முறை எனக்குள்
கேட்டிருப்பேன் தெரியுமா?

உனதில்லச்
சுவர் தாண்டிக் கேட்கும்
கந்த சஷ்டிக் கவசம்
பரவசம் கொள்ள வைக்கிறது என்னை.

எந்த விஷக் கண்ணிலும் படாமல்
உன்னை அது காக்கட்டும்.

பூர்வ ஜென்ம வாசனையால்
என் கண்களில் மிச்சம் இருந்த
துளி விஷத்தையும்
துடைத்தெறிந்துவிட்டது அக்கவசம்.

இப்போது
ஒரு கைக்குழந்தை போல்
உன் முன் ஏங்கி நிற்கிறது
என் காதல்.

உன் பட்டுக் கைகளால்
அதைத் தூக்கிவைத்துக் கொஞ்சும்
நாளுக்கான முகூர்த்தம் ஒன்று
கால சமுத்திரத்தில்
இல்லாமலா போய்விடும்?

அந்த நம்பிக்கையுடன்தான்
ஒவ்வொரு நாளும்
உன் வீட்டைக் கடக்கிறேன்
உன் வாசல் தோரணம்
அசைவதைப் பார்த்தபடியே.

நான்காவது கால்

நான்காவது கால்
சிறிது தேய்ந்து போனதால்
ஆடிக் கொண்டிருந்தது
அரசனின் நாற்காலி.

அவசரத்துக்கு அருகில் இருந்த
ஓலைச்சுவடியை எடுத்து
அண்டக்கொடுத்து
அதை ஆடாமல்
நிறுத்தினான்
ராஜ விசுவாச சேவகன்.

ராஜ்ஜிய பரிபாலனத்துக்கு வந்த மன்னன்
அன்றைய வழக்கு ஒன்றை
விசாரிக்கையில்
சட்டவிதிகளை வாசிக்கும்படி
மந்திரியைக் கேட்டபோது
சட்ட திட்டங்களுக்கான
ஓலைச்சுவடியைக் காணாமல்
அதற்கு பதிலாக
மருந்துகளுக்கான ஓலைச்சுவடியைக் எடுத்து
சூதனமாகப் படிக்கத் தொடங்கினான் அவன்.

நீதி நிர்வாகத்திற்கும்
மூலிகைகளின்
புரியாக் குறிச்சொற்களுக்குமான
தொடர்பு புரியாமல்
தீர்ப்பைத் தள்ளி வைத்தான்
மன்னன்.

சட்டம் ஏன் புரியவில்லை என
மன்னன் வினவ
நுண்மாண்நுண்புலம் கொண்டு
அறிதல் வேண்டும் என்றான் மந்திரி.

தன் அறிவைக்
கேள்விகளுக்கு உட்படுத்த
அரசன் விரும்பவில்லை.

சபை நீங்கி
அந்தப்புரம் ஏகினான்
புதிதாய் வந்திருக்கும்
அயல்தேச அழகிகள்
பார்க்கும் ஆவலோடு.

அரசன் சென்றதும்
அரண்மனை முழுதும்
காணாமல் போன ஓலைச்சுவடியைத்
தேடச் சொன்னான் மந்திரி.

எங்கெங்கோ தேடி
எங்கும் கிடைக்காத சட்டம்
சிம்மாசனத்தை
ஆட்டம் காணாமல்
காப்பாற்றும் பணியை
செவ்வனே செய்தது.

அண்டக் கொடுத்த சேவகன்
சபையில் பேசும்
அனுமதியற்றவன் மட்டுமல்ல
ராஜ விசுவாசி ஆகையால்
சுவடியை எடுத்தால்
சிம்மாசனம் கவிழுமென பயந்து
அமைதி காத்தான்.

மந்திரியோ
மருத்துவ மாந்திரீக சுவடிகளால்
நிலைமையை சமாளிக்கிறான் அன்றாடம்.

நீதி பரிபாலன ஓலைச்சுவடி
காணாமல் போனதை
வெளியே சொன்னால்
தன் பதவி நிலைக்காதென
அவன் நினைக்க
நீதி தேட
மன்னனை நாடுவதால் பலனில்லை
என மக்கள் நினைத்தனர்.

ஆட்டம் காணத் தொடங்கியது ராஜ்ஜியம்
மெல்ல மெல்ல.

ஓலைச்சவடி தொலைந்த கதையை
மன்னனிடம் யார் சொல்ல?

நசுங்கி நசுங்கி
சிதைந்தபடியே
சிம்மாசனம் காக்கும் பணியைச்
செய்து வந்த சுவடி
ஒரு நாள்
உடைந்து நொறுங்க
தலைக் குப்புற
தரையில் விழுந்தான் மன்னன்.

இடுப்பொடிந்து கிடந்த
அவனருகில்
சிரித்துக் கொண்டிருந்தது
நசுக்கப்பட்டிருந்த நீதி.

மூன்றாவது கண்

கண்களை மூடினேன்
உள்ளே ஒரு கண்.

ஒவ்வொரு முறை அது
இமை மூடித் திறக்கும் போதும்
வேறு வேறு கண்கள்.

புலியின் கண்
பூனையின் கண்
குழந்தையின் கண்
கிழவனின் கண்
ஞானியின் கண்
சூனியக்காரியின் கண்
கழுகின் கண்
காதலியின் கண்
என.

நான் அவற்றை கவனிக்கிறேனா
இல்லை
அவை என்னைக் கவனிக்கின்றனவா
தெரியவில்லை.

வண்ணக்குடை பிடித்து வருபவள்

நாள்தோறும் பார்க்கிறேன்
அவளை
காலை நேரங்களில்
பிரதான சாலையில்
வண்ணக்குடையோடு.

நல்ல உயரம்
கோதுமை நிறம்
கைத்தறி சேலை
இவற்றுடன் வண்ணக்குடை.

பொறுப்பானவள்
மரியாதைக்குரியவள்
என உரைக்கும் தோற்றம்
அழகும் நளினமும்
சம விகிதத்தில்.

நடையில் தெரிகிறது
மனதில் நுரைபூத்து
நகரும் நதி.

அலுவலக வரவேற்பாளரா
மென்பொருள் பொறியாளரா
விற்பனைப் பிரதிநிதியா
யார் இவள்?
எங்கிருந்தோ புறப்பட்டு
எங்கோ செல்லும் இவள்
என் இதய வீதியில்
சிறிது தூரம் நடந்து செல்கிறாள்.

நகரச் சாவு

அந்த அடுக்குமாடிக் குடியிருப்பின்
வாகன நிறுத்துமிடத்தில்
கண்ணாடி அமரர் பெட்டிக்குள்
இறுதி அஞ்சலிக்காக வைக்கப்பட்டிருக்கிறது
அதன் ஏதோ ஒரு தளத்தில்
வசித்த
மூத்த குடிமகனின்
உயிர் பிரிந்த உடல்.

மதிய வெயிலின் உக்கிரத்தில்
மரணவாசனை வீசும்
ரோஜா மாலைகளின்
விபரீத மணத்தைச் சுவாசித்துக்கொண்டு
நிழல் விலகிய ஷாமியானா தாண்டி
கசகசக்கும் வியர்வை துடைத்தபடி
அசௌகர்ய துக்கம் அனுஷ்டித்து
அயர்ச்சியோடு நிற்கிறார்கள்
துக்கம் கேட்க வந்த
ஒரு சில நகரவாசிகள்.

அந்நேரம் அவர்கள் உணர்வது
மரணத்தின் மாயப் புதிரையா
நண்பகல் வெறுமையையா
அன்று நின்ற
தம் அலுவல்கள் குறித்த
ரகசியக் கவலையையா?

இந்தக் கேள்விகள் ஏதுமற்று
போக்குவரத்து நிறைந்த
அந்தச் சாலையில்
கிடைத்த இடமொன்றில்
பச்சை மூங்கிலை வெட்டி
பாடை கட்டும் பெரியவர்
முணுமுணுக்கிறார்:

"சாவக்கூட இந்த ஊர்ல
இடம் இல்லாதப் போச்சு."
●

கண்ணாடி: சில குறிப்புகள்

1
கண்ணாடி ஆழம்
பிரபஞ்ச தூரம்.

2.
கண்ணாடியின் பின்பக்கம்
மூடிய இமை

3.
ஒருபுறம் இமை மூடி
மறுபுறம் கண்திறக்கத் தெரிந்தால்
உனக்கும் கிடைக்கும்
பிரபஞ்ச தரிசனம்
கண்ணாடி மாதிரி.

4.
எல்லாவற்றையும் பார்த்தாலும்
எதையும்
பதிவுசெய்து கொள்ளாத
கண்ணாடியாக முடியுமா நம்மால்?

5.
என்னை நானே
உற்று பார்த்துக்கொண்டிருக்கிறேன்
இடையில் கண்ணாடி.

6.
கண்ணாடி இல்லாமல்
உன் உருவைக் காணமுடியுமா
இதே தெளிவுடன் இதயத்தில்?

7.
சலனமற்ற குளம்
கண்ணாடி.

8.
உடைந்தாலும்
கண்ணாடி
கண்ணாடிதான்.

9
ஞானியாக வேண்டும்
கண்ணாடி போல்.

10.
ஞானிகளின் சந்திப்பும்
காதலர்களின் சந்திப்பும்
கண்ணாடிகளின் சந்திப்பு.

என் மருந்து நீ உன் மருந்து நான்

ஒரு காயப்பட்ட பறவையைக் கண்டேன்
என் உடைந்த இதயத்திற்கு
ஆறுதல் தேடி
ஆலய நிழலுக்குச் சென்றபோது.

வலியில் துடிக்கும்
அதன் இறக்கைக்கு ஒத்தடம் தந்தேன்
என் வலி மறந்து.

என்னை அறியாமல் சிந்திய
ஒரு துளி கண்ணீர்
மருந்தானது அதற்கு.

வலி நீங்கியதும்
பாடத் தொடங்கியது பறவை.
அந்த கீதம் மருந்தானது
என் உடைந்த இதயத்திற்கு.

குணமான பின்
பறந்து விடுமோ பறவை
என நான் பயந்த போது
அது சொன்னது:
"பறத்தல் என் இயற்கை
அதற்காகப்
பறந்து கொண்டே
இருக்க முடியுமா?

தரை இறங்கும் போதெல்லாம்
உன் தோளிலேயே வந்து
அமர்வேன்" என்று.

பறவையே...
எனக்கான மருந்தை உன்னிடமும்
உனக்கான மருந்தை என்னிடமும்
ஒப்படைத்திருக்கிறது இயற்கை.

உன் சிறகசைப்பில் நான் இருப்பேன்
என் இதயத்துடிப்பில் நீ இருப்பாய்.

என் மருந்து நீ
உன் மருந்து நான்.

ஈருயிர் கொண்டவன்

நீ இல்லாத
இடமும் காலமும்
தனிமை என உணர்ந்த
பேதமை இறந்துவிட்டது.

நீ இல்லாமலேயே
உன்னுடன் வாழும் சூட்சுமம்
புரிந்துவிட்டது.

இப்போது என்
ஒவ்வொரு கணத்திலும்
ஒவ்வொரு நினைப்பிலும்
ஒவ்வொரு அசைவிலும்
கலந்திருக்கிறாய் நீ.

என் உடல்மொழி கூட
உன் போல் ஆகிவிட்டது.

உன் போல்
நகம் கடித்தபடி யோசிப்பதும்
உடன்படாத பேச்சுக்கு
உதட்டை மடித்து 'பட்' என
ஒலி எழுப்புவதும்
நாற்காலியின் ஓர் ஓரமாய்
சாய்ந்து உட்காருவதும்
உன் போலானதை
மறைக்க விரும்பியும் முடியாமல்
ரசிக்கத் தொடங்கிவிட்டேன்.

கேலிகளும் உள்ளூற
குதூகலம் அளிக்கின்றன.

பேச்சின் தொனியில் நீ புகுந்ததை
என் வாழ்நாள் சாதனையாக
ஏற்றுக்கொண்டுவிட்டேன்.

நெருங்கிய நண்பர்கள்
என் பெயரால் என்னை
அழைத்துத் தோற்றுப்போய்
உன் பெயர் கூறி அழைப்பதற்குப்
பழகிக் கொண்டுவிட்டனர்.

என்னை விட்டுப் பிரிந்துவிட்டதாய்
நீ மட்டும் நினைத்து மகிழ்.

உயிரோடு கலந்து வாழும்
உன்னைச்சுமப்பதால்
இப்போது எனக்கு
இரண்டு உயிர்.

கண்ணுக்குத் தெரியாத மறுபாதியை
எதிரொலிக்கிறது
கண்ணுக்குத் தெரியும் வானவில்.

நீயும் நானும்

அலங்காரத்துக்காகக்
குரோட்டன்ஸ் வளர்ப்பவன் நீ
வயிற்றுப் பசிக்கு
நாற்று நட்டவன் நான்.

நாகரீமாக நீ வளர்ப்பது
பொமரேனியன்
காவலுக்காக
நான் வளர்த்தது
நாட்டு நாய்.

அதிர்ஷ்டம் கிடைக்கக்
கண்ணாடிக்கல்
அணிபவன் நீ
வீட்டுக்குச் சுவர் எழுப்ப
செங்கல் சுட்டவன் நான்.

வாஸ்துவுக்காக
ஜன்னலையும் வாசலையும்
அடிக்கடி இடிப்பவன் நீ.
காற்றையும் வெளிச்சத்தையும்
முற்றத்தில் இருந்தே
அனுபவித்தவன் நான்.

பால்கனியில் நின்று
நனையாமல்
மழையை ரசிப்பவன் நீ

கருமேகங்களை கண்டதும்
கோணிச்சாக்கு போர்த்திக்கொண்டு
வயலுக்கு ஓடிய
வானம் பார்த்த பூமியில்
வாழ்ந்தவன் நான்.

உடற்பயிற்சி மிதிவண்டியில்
நின்ற இடத்திலேயே
நகராமல் பயணிப்பவன் நீ.
வேலை முடித்து இரவு 11 மணிக்கு
மூச்சுவாங்க
மிதிவண்டி மிதித்து
வீடு திரும்பியவன் நான்.

நீயும் நானும்
வேறு யாருமல்ல

நீ
நகரத்துக்கு வந்த நான்
நான்
சொந்த கிராமத்தில் வாழ்ந்த நீ.

●

கடவுளைச் சந்திக்கச் சென்றிருந்தபோது

கடவுளைச் சந்திக்கச் சென்றிருந்த போது
என்னைப் போலவே பலர்
அங்கு வந்து
நெடுநேரம் காத்திருந்தார்கள்.

பலர் பொறுமையிழந்து
கடிகாரத்தை
மீண்டும் மீண்டும்
பார்த்தபடி இருந்தார்கள்.

அடுத்தடுத்து பலர் வந்தபடி இருந்ததால்
நெரிசலாகிக் கொண்டிருந்தது.

புழுக்கம் வேறு.

வந்தவர்கள் ஒவ்வெருவரும்
வி.ஐ.பி. என்று
தங்களைத் தாங்களே
கூறிக் கொண்டு
முன்வரிசைக்கு முன்னேறும்
முனைப்பில் இருந்தனர்.

எனக்கும் வேறு வேலைகள்
இல்லாமல் இல்லை.

இவரைப் பார்த்தால்
வேலைகள் சுலபமாக முடியும்
என்று கேள்விப்பட்டதால்
இங்கு வந்து காத்திருக்கிறேன்.

வரிசையில் நிற்கச் சொல்லி
அதிகாரம் செய்து கொண்டிருந்தவர்
கடவுளை விடவும்
அதிகாரம் படைத்தவராயிருந்தார்.

கடவுளுக்குப் பணிவதை விடவும்
அதிகப் பணிவை
அவரிடம் காட்டிக் கொண்டிருந்தோம்.

ஆண்கள் பெண்கள் என
இருவேறு வரிசைகள்
திடீரென பிரிக்கப் பட்டதால்
கணவன் மனைவி
தாய் தந்தை
சகோதர, சகோதரிகள்
மகன் மகள்
எல்லோரும்
பிரிக்கப்பட வேண்டிய
அவசியம் உண்டானது.

இது தேவையா
என்று எனக்குள் ஒரு குரல்
எழுந்தது;
ஆனால் அதை கேட்பதற்குத்தான்
அங்கு யாரும் இல்லை.

வரிசை பிரிந்தது.

ஆண்கள் மட்டும் நிற்கும் வரிசை
பார்ப்பதற்கு அவ்வளவு
அழகாயில்லை.
பெண்கள் இல்லாத உலகம்
எப்படி இருக்கும் என்று அது
கன்னத்தில் அறைந்து சொன்னது.

சிறிது நேரம் கழிந்ததும்
உரசாமல் நிற்கும்படி
ஒருவர் இன்னொருவரிடம் கூற
அங்கே லேசான வன்மம் பிறப்பதை
பதைபதைப்போடு கவனித்தேன்.

பெண்கள் வரிசையில் இருந்து
பெரும் கூச்சல் ஒன்று
திடீரென்று எழவே
என்னவென்று திரும்பினேன்.

அங்கே ஒருத்திக்கு
சாமி வந்து விட்டதாம்.

கடவுளைப் பார்க்க வந்தவர்கள்
அவள் காலில் விழுந்து
கொண்டிருந்தார்கள்.

இங்கே ஒருவர்
அவள் தன் மனைவிதான் என்றும்
கடவுளைப் பார்க்கவந்ததே
அவர் இவள் மீது வருவதால்
அவளுடன் வாழமுடியாமல் போகிறது
என்றும் அலுப்புடன் பொருமினார்.

கடவுளைக் காண வந்ததை
கண்காட்சி காணவந்தது போல
ஆக்கிக் கொண்டிருந்தோம்
டீ, பிஸ்கெட் வரவழைத்து.

நெடுநேரக் காத்திருப்புக்குப் பிறகு
கடவுளை நாளைதான் பார்க்கமுடியும்
என அறிவிப்பு வந்தது.

சலசலப்புடன் கலையத்தொடங்கினோம்.

கூட்டத்தில் சிறுவன் ஒருவன்
கேட்டான்
நாளை என்றால்
நம்முடைய நாளையா
கடவுளின் நாளையா என்று.

அந்நியமாதல்

வெட்டப்பட்ட ஆட்டுத்தலை
வெறித்துப் பார்க்கிறது
தோலுரித்துத்
தொங்கவிடப்பட்டிருக்கும்
தன் உடலை.

பிருந்தா சாரதி

பயணக் குறிப்புகள்

1.
வானமே வசப்பட்டாலும்
ஒரு கூடு தேவையாகத்தான் இருக்கிறது
ஒவ்வொரு பறவைக்கும்.

2.
பழைய சிறகுகளில்
புதிய இறகுகள் துளிர்ப்பது
ஒரு பயணத்திற்கான முன்னறிவிப்பு.

3.
அதே வானம்தான்
ஆனால் ஒவ்வொரு பயணமும் புதிது.

4.
தூரங்கள் ஒரு பொருட்டாக இருப்பதில்லை
துணைப்பறவையுடன் ஆன பயணங்களில்.

5.
மேகங்கள் ஊடே
பயணம் செய்யும் வேளையில்
கனவில் சஞ்சரிக்குமா பறவைகள்?

6.
இரை தேடும் பயணத்துடன்
தொடங்குகிறது காலை.
துணை தேடும் பயணத்துடன்
மயங்குகிறது மாலை.

7.
தரையில் நகரும்
தன் நிழலைப் பார்க்குமா
அந்த உச்சி வெயில் பறவை?

8.
எத்தனைப் பறவை
எத்தனைப் பயணம்
தடயங்கள் ஏதுமில்லை
வானில்.

9.
வயிற்றில் பசியோடு
வாயில் உணவேந்திப் பறக்கிறது
தாய்ப் பறவை.

10.
பறவைக்குத் தேவை
பறக்கும் சுதந்திரமும்
பறக்காமல் இருப்பதற்கான உரிமையும்.

விடுமுறை நாளில் உன் நினைவு

வறண்டதொரு
வானிலை கொண்ட
இன்னொரு நாளின்
உச்சி வெயில் நேரத்தில்
உன் ஞாபகம் வர
உன்னைத் தேடி வருகிறேன்
உன் அலுவலக வாசலுக்கு
பழுதடைந்த என்
இரு சக்கர வாகனத்தில்.

அன்று விடுமுறை நாள் என்பது
அங்கு வந்த பின்தான்
தெரிந்தது
வெறிச்சோடிக்கிடந்த
வாகன நிறுத்தத்தைப்
பார்த்த பின்பு.

என்னை வினோதமாகப் பார்த்த காவலாளி
தன் கருத்த உதட்டில் மலர்ந்த
அலட்சிய சிரிப்பொன்றை
அவசரமாக மறைத்து
உரத்த குரலில் கூறினான்
இன்று விடுமுறை நாள் சார் என்று.

நானும் உரத்த குரலில் ஒரு பொய்யைக் கூறி சமாளித்தேன்
அது எனக்கும் தெரியுமென்றும்
நீ இல்லாத நாளில்

உன் அலுவலகத்தைப்
பார்க்கும் ஆவலில் வந்ததாயும்.

அவன் நடுநிலையாகத் தலையசைத்து
என் உணர்வைப்
புரிந்து கொண்டதாக உளறியதை
வேறு வழியின்றி ஏற்றுக் கொண்டேன்.

அவன்தானே தகவல் கூறி
உன்னை அழைக்க வேண்டும்
அங்கு நான் வரும்போதெல்லாம்.

அவனுக்குச் சில நாணயங்களைக்
கொடுத்தேன்.

உங்க மேடம் ரொம்ப நல்லவங்க சார் என்று
உனக்கு ஒரு நற்சான்று வழங்கி
ஆச்சரியமாக
அவற்றைப் பெற்றுக் கொண்டான்
முதன்முறையாக என்னிடமிருந்து
ஒரு சன்மானம் கிடைப்பதை எண்ணி வியந்து.

வெயிலின் தணலில்
அவனது சொற்கள்
சிறிது ஆறுதல் கொடுத்தன
அவை
உன்னைப் பற்றியவை என்பதால்.

வெறுமையாய் வாகனத்தை ஓட்டி
கடற்கரைக்கு வந்தேன்
சலித்த என் இதயத்திற்கு ஆசைகாட்டி.

அங்கே இருவர் இருவராய்க்
காதலர்களைப் பார்த்ததும்
கோபம் கோபமாக வந்தது.

அது அவர்கள் மேலா?
என் மேலா?
உன் மேலா?
தெரியவில்லை.

மனநிலை பிறழ்ந்த ஒருவன்
அருகில் வந்து இளித்தான்.

அவனும் நீயறிந்தவன்தான்
ஒரு பன் வாங்கித் தந்தேன்
அவனுக்கு
உன்னைப் போல.

வேக வேகமாகத் தலையாட்டி
கண்களை வினோதமாக உருட்டி
அவன் கூறுவதென்ன?

நீ வந்திருந்தால் சொல்லியிருப்பாய்.

நீண்ட நாட்களாக
உன்னிடம் கேட்க நினைத்ததொரு கேள்வி
இன்றும் மனதில் எழுந்தது:
அவன் உன்
முன்னாள் காதலனா என்று.

அவன் கூறுவது
உனக்கு மட்டும் எப்படிப் புரிகிறது?
இன்றும் அதை மறைத்துக்கொண்டு
அவனிடம் சிரித்துத் தலையசைத்தேன்.

அவன் ஜாடையால்
கேட்டான் நீ எங்கே என.

திடீர் பயம் எழுந்தது
நானும் யாரிடமாவது
அப்படிக் கேட்பேனோ என்று.

வார நாட்களில்
உன்னைப் பார்த்துப் பழகிய கண்களுக்கு
விடுமுறை நாள் பற்றித் தெரியவில்லை.
நான் சொல்லிப்
புரிய வைக்க முடியுமா தெரியவில்லை.

நாளை நீயே சொல்லிப்
புரிய வைத்தால்
கோடி புண்ணியம் சேருமுனக்கு.

நீண்ட கடற்கரை மணலில்
வெயிலென்றும் பாராது நடக்கிறேன்
நீ உடன் இல்லாததை மறக்க.

என் கூடவே
குடையோடு வருகிறது
உன் கானல் உருவம்.

அது பேசும் என்றால் அன்பே
நீ இல்லாமலேயே
இந்த விடுமுறைநாளை
சமாளித்துவிடுவேன்
எப்பாடுபட்டாவது.

தவிட்டுக் குருவி

மேகங்கள் சூழ்ந்ததொரு
மழைக்கால மாலைநேரம்.

வழக்கமாக நீ வரும்
பேருந்து நிறுத்தத்தில்
உனக்காகக் காத்திருக்கிறேன்.

சடசடவென
வெடித்துப் பொழிகின்றன
கன நீர்த்துளிகள்.

அசை போட்டபடி
சாலையில் நின்றிருந்த ஒரு பசு
பேருந்து நிறுத்தத்தின் குடைக்குள்
வந்து ஒதுங்கியது.

நானும் பசுவும் ஒரே குடையின் கீழ்.

பசு என்னையும்
நான் பசுவையும்
பரிதாபமாகப் பார்த்துக்கொண்டோம்.

எங்கிருந்தோ
அவசரமாகப் பறந்து வந்து
பசுவின் முதுகில் அமர்கிறது
ஒரு தவிட்டுக்குருவி.

முதுகு சிலிர்த்து
அதை ஏறிட்டுப் பார்க்கிறது
பசு.

தன் சிறு அலகால்
பசுவின் முதுகைக் கொத்தி
அதைச் சீண்டி விளையாடுகிறது
குருவி.

பேச்சேதுமின்றி
முகிழும் நட்பை
வேடிக்கை பார்த்தபடி
நிற்கிறேன்
நீ வரும் திசை நோக்கிப்
பறந்து பறந்து போய்வரும் கண்களோடு.

கனவு ரயில் தேவதை

அடிக்கடிக் கனவில் வருகிறது
ஒரு ரயில்.

ரயில்கள் கண்டுபிடிக்கப்பட்ட காலத்திலோ
அல்லது அதற்கும் முன்போ
கட்டப்பட்டிருக்கலாம்
அதன் பெட்டிகள்.

காவிய வனப்புகள் கைகூடும்
கலைஞர்களின் கைவண்ணத்தில்
உருவானது அது என்பது
பார்த்ததும் புரிகிறது.

பெரும் புகையைக் கக்கி
ஓங்காரக் கூச்சலுடன்
நள்ளிரவு நேரத்தில்
என் கனவுக்குள் நுழையும் அது
எங்கிருந்து பறப்பட்டது என்பதோ
எது வரை செல்லும் என்பதோ
எனக்குத் தெரியாது.

ஆனால் அது வருகையில்
தாமதமின்றி ஏறிப்
பயணிக்கத் தொடங்குகிறேன்.

அந்தப் பயணத்தை ஏதோ ஒரு
லட்சியப் பயணம் போல் நினைத்து
உவகை கொள்கிறேன்.

வழியில்
பூக்காடுகள் மலைகள்
தரை தொடும் அருவிகள்
வான் தொடும் மரங்கள்
பறவைகளின் ஆகாயப் பயணம்
விலங்குகளின் கானக உலா
எனப் பலவும் காண்கிறேன்.

கரும்பச்சை நிறக் காட்சிகள்
எனை அழைத்துச் செல்கின்றன
கற்காலம் எனும் பொற்காலம் நோக்கி.

இடையில் ஒரு நிலையத்தில்
வன மோகினி போல் ஒருத்தி
நடைமேடையில் காத்திருக்கிறாள்.

இவ்வளவு காலம்
என் உயிர் ஏக்கத்துடன் பயணிப்பது
அந்தத் தேன் நிறத்
தேவதையைத் தேடித்தான்
எனும் செய்தி விழிப்புறுகிறது எனக்குள்.

அவள் விழிகளை
நேருக்கு நேர் சந்திக்கும் போது
அவள் என்னை அணைத்து
உதட்டோடு உதடு வைத்து
முத்தமிடுவாள் என்பதும்
பின் இருவருக்கும் சிறகு முளைத்து
விண்வெளியில் பறந்து திரிவோம் என்பதும்
முன்பே எனக்கு அறிவிக்கப்பட்டிருப்பது
நினைவுக்கு வருகிறது.

கதவருகில் சென்று எட்டிப் பார்க்க ஓடுகிறேன்
அவள் இந்த ரயிலில்
ஏறப்போகிறாள் எனும் ஆவலோடு.

அதற்குள் ஓங்காரக் கூச்சலிட்டு
ரயில் புறப்பட
ஏமாற்றத்துடன் கண் விழிக்கிறேன்.

பெருந்துக்கம் பீறிட
நடுநிசியில் தூக்கம் தொலைத்து
இக்கவிதையை எழுதுகிறேன்.

மீண்டும் அடுத்த நாளிரவு
கனவின் நடைமேடையில்
வழக்கம்போல் காத்திருக்கிறேன்
அந்த ரயிலுக்காக.

அவள் முத்தமிட்டதும்
கனவிலிருந்து நழுவி
என் வீட்டுக்கு அவளை
அழைத்து வந்துவிடும் திட்டத்தோடு.

ஓர் இலையைக் கிள்ளினால்...

காட்டுத் தீயாய்
ஊழிக் கடலாய்
உக்கிர முகம் காட்டாமல்

தென்றல் காற்றாய்
பருவ மழையாய்
இயற்கையை இலகுவாக
வைத்திருப்பது எதுவோ

அதுதான்
உன்னையும் என்னையும்
இங்கே வாழ அனுமதித்துள்ளது
என்பதை உணர்ந்தால்

நமக்குள்
கோபங்கள் எதற்கு?
குழப்பங்கள் எதற்கு?

சந்தர்ப்பங்களால்தான்
உயிர் வாழ்கிறோம்
என்பதைத் தவிர
வேறு விதமாக
வரையறுக்க முடியுமா
இவ்வுலக வாழ்வை
இன்றைய தேதியில்?

இனிமேலாவது
என் தோட்டத்தில்
ஓர் இலையைக்
கிள்ளினால்
வலிக்க வேண்டும் உனக்கு.

உன் காலில்
ஒரு முள் தைத்தால்
இதயம் பதற வேண்டும்
எனக்கு.

●

காட்டை அழித்து
நாடு சமைத்ததை
நாகரிகம் என்று சொன்ன பாவம்தான்
இன்று வயல்களை அழித்து
வீடு கட்ட வைக்கிறது.

சிதம்பரம்

மௌனத்தைத்
திறந்து பார்க்க முடிந்தால்
அங்கே காணலாம்
சப்தங்களின் சாம்பலை.

மௌனச் சமாதியை முட்டி
அதன் மீது முளைக்கிறது
சப்த விருட்சம்.

சப்தத்துக்கும் மௌனத்துக்கும் இடையே
பாலம் போடுகிறது
அண்ட வெளியில்
துளிர்க்கும் ஒரு புதிய உயிர்.

கூடல் தேசம்

நீ ஒளித்து ஒளித்து வை
நான்
கண்டுபிடித்துக் கொண்டே
இருக்கிறேன்.

●

தேடிய பொருளைக்
கண்டுபிடித்தபிறகும்
இன்னும் அகப்படாததைப்போல்
தேடிக் கொண்டே இருக்கிறேன்.

●

அந்த இருட்டில்
திருடியவர்
திருடப்பட்டவர்
திருடப்பட்ட பொருள்
மூன்றும் ஒன்றாய்
முயங்குகின்றன
தியானத் திளைப்பில்.

●

வெளிச்சத்தில் தேடினால்
கிடைப்பதில்லை
இருட்டில் தானே வந்து
எடுத்துக் கொள்ளச் சொல்கிறது.

●

பிருந்தா சாரதி

திருடியவருக்கு
திருடப்பட்டவரே விருது கொடுக்கும்
திருவிழாக் காலம் அது.

●

இருட்டு
திருட்டு என்பதெல்லாம்
கண்திறப்பதால்தான்.

●

பகலின் கடும் பசி
உணவாய் நடுநிசி

●

விண்ணுக்கும்
மண்ணுக்கும் உள்ள தூரம்
சம்மதிக்கும் வரை.
கண்ணுக்கும் இமைக்கும்
உள்ளதூரம்
சம்மதித்த பிறகு.

●

வனமோகினிகளைப்
பார்த்ததில்லை என்ற குறை தீர்ந்தது
உன் நள்ளிரவுக் கோலத்தைப்
பார்த்த பிறகு.

●

கண்டும் காணாதது போல்
நீ நடிப்பதும்
நல்லதொரு காட்சியே
இந்த நாடகத்தில்.

●

உண்ண உணவு
உடுக்க உடை
படுக்கப் பாய்
மூன்றும் ஒன்றாகும் முகூர்த்தம் அது.

*

எண்களும்
எண்ணிக்கையும்
ஏன் எனத் தோன்றுகிறது
அப்போது.

*

அலை எது
கடல் எது
எல்லாம் கரையில் இருக்கும்
வரைதான்

*

கடலசைகிறதா
படகசைகிறதா

*

நிசப்தம் எவ்வளவு பிரம்மாண்டமாய்
இருக்கிறது அந்த நேரத்தில்.

*

அப்போது நடக்கும்
வாணவேடிக்கையைப் பார்க்கக்
கண்கள் தேவையில்லை.

*

வட்டப் பொட்டு அழகு
கலைந்ததோ பேரழகு.

*

உடல் வாகனம்
உயிர் பயணி என்றேன்.
உயிர் வாகனம்
உடல் பயணி என்றாய்.
பயணம் புரிகையில்
வாதங்கள் எதற்கு?
இதயத்தின் தாளமும்
மூச்சின் சுருதியும்
உடலுடையதா?
உயிருடையதா?

●

இலைகளின் ஊடே
ஒளி ஊடுறுவுவது போல்
எனக்குள் நுழைகிறாய் நீ
மழைநீர்
மணணில் இறங்குவது போல்
உனக்குள் நுழைகிறேன் நான்.

●

தீ வளர்க்கிறாய் என்னுள்ளே
நீர் வார்க்கிறேன் உன்னுள்ளே
விரிந்து செல்லும் பிரபஞ்சத்தின்
விளிம்பிலிருந்து ஒரு துகள்
நன்றி சொல்கிறது நமக்கு
ஆங்கோர் அசைவுக்கு
உந்து சக்தி ஆனதற்கு.

●

மூடி வைத்த கதவைத்
திறக்கிறேன் நான்
திறந்து வைத்த கதவை
மூடுகிறாய் நீ.
ஒன்றில் ஒன்று
ஒளிந்து விளையாடுகின்றன
உடலும் உயிரும்.
வந்து வந்து
திரும்புகின்றன
இரவும் பகலும்.
●

இரவின் முடிவற்ற நதியில்
நீந்திக் கொண்டிருந்தோம்
இரண்டு மீன்களாய்.
பின் மிதக்கத் தொடங்கினோம்
இரு மரக்கட்டைகளாக.
அதன் பின் கரைந்துவிட்டோம்
நதியோடு நதியாக.
●

ஒருவருக்கொருவர்
படகாவோம்
காதல் கடலைக் கடக்க.
ஒருவருக்கொருவர்
துடுப்பாவோம்
கரை தொடாமல் பயணிக்க
●

மாநகரின்
போக்குவரத்து நெரிசலின் ஊடே
சொந்த ஊர்ப் பேருந்தைப்
பார்க்கும்போதெல்லாம்
மானசீகமாகப்
பயணம் செய்யத் தொடங்குகிறேன் அதில்.

வலிகளைப் பரிமாறிக் கொள்வோம்

தேவாலயத்தில் இருந்து வரும்
மணியோசை கேட்டு
அதிர்கின்றன
என் இதயச் சுவர்கள்.

இன்னேரம் நீ
பிரார்த்தனைக்கு வந்திருப்பாய்.

கண்கள் மூடி நீ
வழிபடும்போது
உன் முகத்தில் குடியிருக்கும்
அமைதியில்
அறிந்து கொண்டேன்
உன்னை நான்.

என் காலில் குத்திய முட்களின்
காயங்களோடு
அங்கு நான் வருவதால்
என் மனதைப் போலவே
முகத்திலும் அமைதி
இருப்பதில்லை.

உடல் முழுக்கக் காயங்களில்
குருதி வழிய
சிலுவையில் அறையப்பட்டிருக்கும்
தேவகுமாரனின் முகத்தில்தான்
எத்தனை அமைதி?

வலிகளுக்கு அப்பால்
எப்படி எடுத்துச் சென்றார்
அவர் தன் மனதை?

பிரார்த்தனையில்
கேட்பதுண்டு அவரிடம் நான்.

அவர் சொல்லாவிட்டாலும்
நீயாவது எனக்குச்
சொல்லிக் கொடு.

நான் அறிவேன்
உன்னையும்
உன் வலிகளையும்.

ஒருவர் வலியை
ஒருவர் வாங்கி
இருவருமாக இறக்கி வைப்போம்
தேவனின் காலடியில்

உனக்கும் அது சம்மதமெனில்.

காரணம் சொல்கிறேன் கேள்

என்னையே ஏன் பார்த்துக்கொண்டிருக்கிறாய்
எனக் கேட்கிறாய் கோபமாய்.

காரணம் சொல்கிறேன் கேள்.

கண்களை விலக்க முயல்கிறேன் உன்னிடமிருந்து...
ஆனால் முடியவில்லை.

உன்னைப் பார்த்த பிறகு வேறு
எதையும் பார்க்கப் பிடிக்கவில்லை.

காந்தசக்தியை மீற முடியுமா
இரும்புத் துண்டு?
ஈர்க்கும் காந்தத்தை விட்டு விட்டு
இரும்பின் மீது பழி போடுவதேன்?

என் கண்கள் துச்சாதனர்கள் அல்ல
அவற்றின் பார்வை
உன் அழகுக்கான பொன்னாடைதான்
பயப்படாதே.

உன் கண் அம்புகளால்
அடிபட்ட
அப்பாவிப் பறவைகள் அவை.

அசையமுடியவில்லை அவற்றால்.

அன்பு காட்டு
ஆத்திரம் காட்டாதே.

அலைபாய்ந்து கொண்டிருந்த கண்கள்
ஒரு நிலைக்கு வந்தது உன்னால்தான்
நீயாவது பொறுப்பெடுத்துக்கொள்.

கண்கள் வழியே நுழைந்தேன்
திரும்ப முடியவில்லை
உள்ளக் கதவின் வாசலில் காத்திருக்கும்
அவற்றைத் திருப்பி அனுப்பிவிடாதே.

வீட்டிற்குள் நுழைய அனுமதித்தால்
வாசலிலேயே
ஏன் நிற்கப் போகிறேன்?

சொல்பேச்சு கேட்பதில்லை அவை
உன்னையே பார்த்துக்கொண்டிருக்கும்
அவற்றை நீ பழிக்குப்பழி வாங்கிக்கொள்
நான் எதுவும் கேட்கமாட்டேன்.
இனி உன் பாடு
அவை பாடு.

உன் கண்களில் நம் முன் ஜென்மங்கள் தெரிகின்றன
அதைத்தான் பார்த்துக்கொண்டிருக்கிறேன்
வேறொன்றுமில்லை.

அது மட்டுமல்ல
நம் வருங்காலமும் அங்கே தென்படக்கூடும்
என்பதால் தேடிக் கொண்டிருக்கிறேன்.

தேடியது கிடைக்காமல் எப்படிப் போவது?
ஒருவேளை
கிடைத்துவிட்டாலும் எப்படி போவது?
நீதான் விடுவாயா?

ஒரு கோமாக்காரனின் எழுதப்படாத கவிதை

நினைவிழந்ததாய் நினைக்கப்பட்டபோதும்
நினைவில் இருக்கிறாய் நீ.

நினைவு குழம்பி இருந்ததாய்ச் சொன்ன நாளிலும்
முன்பின்னாக முரண்பட்டவை
உன் நினைவுகளே.

சுய நினைவு என்று சொன்ன நிலை கூட
உலகை மறந்து
உன்னை நினைத்திருந்த நிலையே.

நினைவுக்கு முன்
நினைவுக்குப் பின் எனப் பிரித்தாலும்
அது உன்னுடன் பழகிய காலம்
மற்றும்
உன்னைக் கனவில் கண்ட
மயக்கநிலை.

என் முன் இருக்கும் ஒவ்வொன்றோடும்
உனக்குத் தொடர்பு இருக்கும்.
இல்லை எனில்
தொடர்பு படுத்திக்கொள்வேன்.

உன்னை மறந்துவிட்டேன் என நினைத்தாலும்
அது உன் நினைவின் மறுபக்கம் அல்லாமல்
வேறென்ன?

பிருந்தா சாரதி

நினைவுகளால் நெய்யப்பட்டது
சித்தமெனில் அது நீ.

நினைவைத் தாண்டியது சித்தமெனில்
அங்கு நானே இல்லை.

உனக்கும் எனக்குமான
நினைவுச் சங்கிலி
இழுத்துச் செல்கிறது உயிர்த் தேரை.

அதில் வீற்றிருக்கிறாய் நீ
ஆனால் நான் எங்கே?

வயது முதிர்ச்சியின்
காலக் குழப்பமென உளறுகின்றன
எனக்குள் சில குரல்கள்.

என் நினைவுலகத்தில்
உன் இளமை நிறம் மாறவே இல்லை.
எனக்கு மட்டும்
எப்படி வரும் முதிர்ச்சி?

இருளில் மூழ்கியிருந்த
அகவெளியின் சாளரங்கள் திறந்து
ஊடுருவிப் பாய்கிறது
நம் காதலின் வெளிச்சம் அங்கே.

அங்கு அசையா ஓவியமாய்
உறைந்து நிற்கும் ஞாபகங்கள்
அசையத் தொடங்குகின்றன
சலனப் படங்களாய்.

அவசர அவசரமாக வந்து
ஒட்டிக்கொள்கின்றன

தொலைந்துபோயிருந்த என் நினைவுகள்
உன் உருவத்தோடு.

அன்பே உன் நினைவோடையில்
எப்போதும் போலவே நீந்திக்கொண்டிருக்கிறேன்.

அதோ... அதோ... வருகிறது
ஓர் அருவி
இதோ... இதோ... வந்துவிட்டது
நழுவி விழுகிறேன் அதில்.

பிரிவைக் கடந்து வந்துவிட்டேன்
உன்னிடமே.

உறைந்து போயிருந்த காலம்
உருகி வழியட்டும்
கண்ணீர்த்துளிகளாய்.

வீண் சொற்கள் இனி எதற்கு?

உலகின் கடைசி மனிதன்

முகநூலில்
நட்புக் கோரிக்கை
விடுத்த வண்ணம் இருக்கிறான்.
*

மனநோய் மருந்தகத்துக்கும்
வழிபாட்டுத் தலத்துக்கும்
இடையே நடந்து நடந்து
ஓய்கிறான்.
*

ஆயுதக் கிடங்கொன்றில்
காலைத்தூக்கி சிறு நீர் கழிக்கும்
மயிர் உதிர்ந்த வெறி நாயைச்
சலனமின்றிப் பார்க்கிறான்.
*
கொலை வெறி அடங்காமல்
கத்தியைத் தீட்டிக்
கொண்டிருக்கிறான்.
*

ராணுவ உடுப்பைப்
போட்டுக்கொண்டு
கண்ணாடி முன் நின்று
ஆணை பிறப்பித்தபடி
இருக்கிறான்.
அட்டாக்... ஷூட்...
*

தனக்கான புதை குழியைத் தானே
தோண்டி வைக்கிறான்
பின்னர்
நாள் குறிப்பிடாத
கண்ணீர் அஞ்சலி சுவரொட்டியை
அச்சுக் கோர்க்கிறான்.
๏

நிற்காமல் வழியும் கண்ணீரை
திடீர் சிரிப்புகளால்
தீயிட்டுக் கொளுத்துகிறான்.
๏

தேநீர் விருந்துக்கு
அழைப்பு விடுத்து விட்டு
நொடி தோறும் காத்திருக்கிறான்
கடவுளோ சாத்தானோ
யாராவது ஒருவர் வரட்டும் என்று.
๏

பழிவாங்கல்

என்ன தண்டனை தரலாம்
என் இரு கண்களுக்கு?

தூரத்தில் வந்ததால்
உன்னை அடையாளம் தெரியாமல் போயிற்றாம்
அதனால் கண்டு கொள்ளவில்லையாம்.

அப்படி என்ன அலட்சியம்?

ஓரிரண்டு நாட்களுக்கு
உன் முகத்தை காட்டாதே அவற்றிடம்.

பட்டினி போடு ஏங்க விடு
கண் கலங்க வை
அப்போதுதான் புத்தி வரும்
அதற்காக என்னைத் தண்டித்துவிடாதே.

பின் பக்கமாக வந்து
கண்ணைப் பொத்து
முதுகுப்புறமாகக் கட்டி அணை
காதுக்குப் பின் வந்து கிசு கிசு பேசு
கண்ணை மூடச்சொல்லிவிட்டு முத்தமிடு.
பின்தலை கோது...
இப்படி ஏதாவது செய்.

மற்ற புலன்கள் 'வாழ்வதைப்'
பார்த்து ஏக்கத்தில் தவிக்கட்டும் உன்னை
அடையாளம் காணாத இந்த
அலட்சியக் கண்கள்.

●

ஜன்னல் திறக்கும் பூனை

எழுதலாம் என்று
கணினியைத் திறக்கும் நேரத்தில்
ஜன்னலைத் திறந்து
எட்டிப் பார்க்கிறது
ஒரு பூனைக்குட்டி.

எழுத நினைத்தது
மறந்து போய்
பூனைக் குட்டியைக்
கவனிக்கத் தொடங்குகிறேன்.

அப்பாவியாய்
அது கண்மூடித்திறக்க
ஒரு யுகம் மாறுகிறது.

புதிய உலகினுள்
புதிய உயிராய்
புதிய வாழ்க்கை வாழ
நுழைகிறேன்.

ஒரு நிழல் பிராணி
என்னைப் பின் தொடர்கிறது
அப்பிராணியாய்.

அதன் முனகல்
பூமி என்ற கிரகத்தின்
பூனை என்ற உயிரினத்தின்
குரலை ஒத்திருக்கிறது.

சிறிது சிறிதாய்
அந்த முனகும் குரலிலேயே
பேசத் தொடங்குகிறது அது.

முதலில் அதிசயித்துப்
பின் நானும் அதனுடன்
பேசத் தொடங்குகிறேன்.

அன்பின் பரவசங்களையும்
அறிவின் ரகசியங்களையும்
அறிந்து வைத்திருக்கும்
அந்தப் பூனையின் மீது
ஒரு மயக்கம் வர
அதனுடன் நட்புக் கொள்ள
கரம் நீட்டுகிறது என் நிழல்
என் அனுமதி இன்றியே.

உற்றுப் பார்க்கிறேன்
அதன் முகத்தை.

அப்பாவியாய் அது
கண் மூடித்திறக்க
மீண்டும் யுகம் மாறிவிடுகிறது.

பூமிக்குத் திரும்பி
என் அறையில் கணினி முன்
அமர்ந்திருக்கிறேன்
நானும்
ஒரு பூனையாக உருமாறி
ஜன்னல் திறக்கும் பூனை
மீண்டும் எப்போது வருமென்ற
காத்திருப்போடு.

●

அக்கரையில் நீ
இக்கரையில் நான்
இடையில் கொந்தளிக்கிறது கடல்.
●

வலி

மனப் புயல் வீசிய
ஒரு கொடிய இரவில்
கனவின் கரை ஒதுங்கினேன்
என் பாய்மரம் சிதைந்து
சித்தங்கலங்கி.

மனப்பிறழ்வின்
வேதனையினூடே தெரிகிறாய்
துருவ நட்சத்திரமாய்.

என் பயணத்திசைகளைத்
தீர்மானித்துக்கொள்ளலாம்
அந்நட்சத்திரத்தின் மூலம் என
கனவினூடே நினைக்கிறேன்
அவை தீர்மானிக்க முடியாதவை
என அறிந்தும்.

அது ஓர் இனிக்கும் மடத்தனம்
கண்மணி.

உன் காதலை அடையமுடியாமல்
போகலாம் எனும் நினைப்பை
கடலில் வீசி எறிந்துவிட்டேன்
கரையேறும்போது.

நீ தூரத்தில் வருவது தெரிகிறது
அது நிஜமா
மனப்பிறழ்வின் கற்பனையா
பகல்கனவா
எதுவாக இருந்தாலும்
நீ இருக்கிறாய் என்னோடு
என்பது
உனக்குப் புரிந்தால் சரி.

என் கைபேசி எண் உன்னிடம் இருக்கிறதா?

உன் முகநூலையோ அல்லது
நினைவுகளையோ
என்றாவது திறந்து பார்க்கும்போது
என் முகம் தெரிந்தால்
தவறாமல் அழை.

உன் கைபேசியில்
என் எண்ணை வைத்திருக்கிறாயா?

புறக்கணிப்புகளையும்
அவமானங்களையும் மட்டுமே
தொடர்ந்து பெற்றாலும்
இந்த அன்பு ஏன்
உன்னையே சுற்றிச் சுற்றி
வருகிறது?

குறுந்தகவல்களால்
நிரம்பி வழிந்த
என் கைபேசியும்
முகநூலும்
இப்போது
வெறுமையால்
நிரம்பிக் கிடக்கிறது.

இரவுகளை இனிப்பாக்கிய
உன் முந்தைய செய்திகளை
இப்போது படிக்கும் போது

கண்ணீரின் உப்பு
கரிக்கிறது.
என்ன நடந்தது இடையில்?

நீ என் குரலை மட்டுமல்ல
வார்த்தைகளின்
நிழலைக் கூட
உன் பேசிக்குள் அனுமதிப்பதில்லை.

பொக்கிஷமாய் பாதுகாக்கிறேன்
நான் உன் நினைவுகளை.

கனவுகளுக்குக்
கதவடைப்புச் செய்யும் வித்தையை
இதுவரை யாரும் கற்கவில்லை
ஞானியரைத் தவிர.

உண்மையிலேயே உறங்கினாலும்
உறங்குவதாய்ப் பாசாங்கு செய்தாலும்
நினைவோ கனவோ
ஏதோ ஒன்றில்
நான் வருவேன்
உன் பதிலை
வார்த்தைகளாகக் கூறி விடு.

மௌனத்தைப்
புரிந்து கொள்ளும் அளவுக்கு
நான் புத்திசாலி இல்லை.

உள் அலை

தடையற்ற வெள்ளம்போல்
பெருகிவருகின்றன சொற்கள்
உன்னை நோக்கி.

இடையில் ஏதோ ஒரு
அணைக்கட்டு...

என் தயக்கம் அது.

அதன் ஒரு மதகு வழியாக
சீரான ஒழுங்கில்
சில சொற்கள்
சில வாசகங்கள் மட்டும்
வந்தடைகின்றன
உன்னிடம்.

உணர்ச்சியில்லாத அறிவின்
வெளிப்பாடு என
அலுத்துக்கொள்கிறாய்
நீரின் ஈரம் தீண்டாமலேயே...

நீ அறிய வாய்ப்பில்லை
என் அணைக்கட்டிற்குள்
அடித்துக்கொண்டிருக்கும்
அலைகளின் வேகத்தை.

133

பிருந்தா சாரதி

என் உணர்ச்சிப்பெருக்கில்
நானே என் கரைகளை இழந்துவிட்டேன்
உன்னையும் அதில்
மூழ்கடிக்க விரும்பவில்லை.

ஒருநாள் என் நதிநீரில்
உன் கால்கள் ஈரமாகும்
அதன் குளிர்ச்சியில்
நீ சிலிர்க்கக்கூடும்.

அதுவரையில்
என் அணைக்கட்டில்
நான் விரும்பியோ
விரும்பாமலோ
அலையடித்தபடி சிறையிருப்பேன்
உன்னை வந்தடையும்
வேட்கைமிகுதியோடு.

ஊர்த்திருவிழா சென்று
சாமி கும்பிட்டு ஆடிப்பாடி
மரத்தடியில் உறவுகளோடு கூடி
ஆடடித்துச் சமைத்து
உண்கையில்
எனக்குள் விழித்தான்
என் மூதாதையரில் ஒருவன்.

கால எந்திரம்

அகழ்வாராய்ச்சியில் கிடைத்த
உடைந்த மண்பாண்டத் துண்டொன்றின்
புகைப்படம் கண்டேன்
நாளிதழின் ஓர் ஓரத்தில்.

வளைந்த அதன்
வடிவ வனப்பில்
மூழ்கினேன் ஒரு கணம்.

உடைந்த துண்டின் முழு வடிவமாய்
மனக் கண்களில் உருப்பெறுகிறது
ஒரு மண் பாண்டம்.

பயன்பாட்டின் காலத்தில்
என்னவாக இருந்திருக்கும் அது?

அதில் தானியங்கள்
சேகரிக்கப்பட்டிருக்கலாம்.

உணவு சமைக்கும் பாத்திரமாகவோ
சாப்பிடும் தட்டாகவோ
இருந்திருக்கலாம் அது.

அல்லது தண்ணீர்க் குடமாகப்
பயன்பட்டிருக்கலாம்.

அப்பாண்டத்தைத் தீண்டிய
கண்ணுக்குத் தெரியாத கைகள்
யாருடையவை எனக் காண விரும்பி
அக்காலத்திற்குப் பயணிக்கத் தொடங்கினேன்
கால எந்திரக் கற்பனையில்.

தொல் காலத்தில்
அப்பாண்டத்தைப் பயன்படுத்திய
அந்த யாரோ ஒரு மனிதனும் மனுஷியும்
வேறுயாருமல்ல

அவர்கள்
நானும் என் தோழியுமாக இருக்கவே
அதிர்ச்சியான ஆச்சரியம் மேலிட
அதை மேலும் ஆராய்கிறேன்.

அதை வனைந்தது
அவளும் நானும்தான்.

அதில் நீர் சேந்தியும்
சமைத்தும்
உண்டு களித்தும்
வாழ்ந்த காட்சிகளைக் காண்கிறேன்
அச்சிறுபொழுதில்.

இல்லை... இல்லை...
மீண்டும் வாழ்ந்து பார்க்கிறேன்...

வளைந்த அவள் இடுப்பில்
கைக் குழந்தையைப் போல்
அதைச் சுமந்துவரும் காட்சி
மங்காத ஓர் ஓவியமாய்
கண்ணில் தெரிகிறது இப்போதும்.

எதிர்பாராத ஒரு நொடியில்
காட்டு விலங்கு ஒன்று
அவள் மேல் பாய
அப்பாண்டம் கொண்டு
அதைத் தாக்கித் தப்பித்ததில்
உடைந்து நொறுங்கியது பாண்டம்.

உயிர் காத்த அதை
வீசி எறியாமல்
பூசைக் கடவுளாக எங்கள் மனையில் வைத்து
வழிபட்டதும் அறிகிறேன்.

கால எந்திர நேரம் முடிந்து
மீண்டெழுகையில்
நாளிதழில் அப்படக்காட்சி.

ஒரு துளிக் கண்ணீர்
விழுந்து தெறிக்கிறது காகிதத்தில்.

அவசரமாகக்
குளித்துவிட்டுப் புறப்படுகிறேன்
இப்போது அம்மண்பாண்டம்
பாதுகாக்கப்படும் தொல்பொருள்சாலைக்கு

மீண்டும் என்
பழைய தோழியைப் பார்க்கும் ஆவல் மேலிட.

●

முத்தாகும்
மழைத்துளியை விடவும்
மதிப்பு மிக்கது
தாகம் தீர்க்கும் மழைத்துளி.

காலத் தழும்புகள்

அது ஒரு காலம்.

என்னிடம் இருந்த
எல்லாவற்றையும்
இழந்து கொண்டிருந்தேன்.

யாருமற்ற தனிமை
ஏதுமற்ற வெறுமை

அது என் இலையுதிர் காலம்.

பின் ஒரு காலம் வந்தது
என்னைச் சுற்றி
எங்கும் வண்ண மயம்.

என் தோட்டமெங்கும்
மலர்கள் காய்கனிகள்
பறவைகள் வண்ணத்துப்பூச்சிகள்
கொண்டாட்டம் குதூகலம்.

அது என் வசந்தகாலம்.

பின் கோடைகாலம்
மழைக்காலம் பனிக்காலம்
ஒவ்வொன்றிலும்
வரவும் செலவுமாய்
பல அனுபவங்கள்.

பிருந்தா சாரதி

இப்போது
என் உடலெங்கும்
ஏராளமான தழும்புகள்
வாழ்ந்த வருடங்களின்
நினைவுச் சின்னங்களாய்...

காலத்தின் சுழற்சியில்
இலைகள் உதிரத் தொடங்கும்போது
முன்பு உண்டாகும் வெறுமை
இப்போது இல்லை.

தழும்புகள் பெருமைகள்
என்று ஆன பிறகு
தெரிவதில்லை
காயங்களின் வலி.

அன்பின் கோப்பை

வற்றாமல் வழிகிறது
உன் அன்பெனும் கோப்பை
பருகியபடி கழிகிறது
என் காலம்.

*

உன் அன்பெனும் கோப்பையில்
மிச்சமிருக்கிறது
ஒரே ஒரு துளி
பருகாமல் பார்த்துக்கொண்டே இருக்கிறேன்
நீள்கிறது காலம்.

*

பெருகிக்கொண்டிருக்கிறேன் நான்
அன்பின் ஒரு மிகப் பெரும் துளியாக.
நீ தீண்டினால் பொங்கி வழிவேன்
காலத்தின் கோப்பை தாண்டி.
இல்லையெனில்
வெடித்துச் சிதறிவிடுவேன்
காலத்தை நிறுத்தி
சுக்கு நூறாக.

*

சுய தண்டனை

உடைந்த நிலாத்துண்டுகள் மிதக்கும்
ஊர்க்குளத்தின் அலைகளில்
கரைத்துக்கொண்டிருக்கிறேன்
நம் காதலைக் கண்ணீரோடு.

ஊசிக்குளிர் ஊடுருவும்
இந்த நள்ளிரவில்
குளத்து நீரின் நடுவே
வெடவெடுத்து
நின்று கொண்டிருக்கும்
என் வேதனையை
கரை ஓரத்து மரங்களின்
வேர்களும் உணருமா
தெரியவில்லை.

மயிர்க் கண்களில்
ஆயிரம் ஊசிகளால் குத்தும்
வேதனையை
இந்தக் குளிர் நீரன்றி
வேறு யார் தர முடியும்?

ஊடுறுவும் குளிர்
உறிஞ்சி எடுத்து
வெளியேற்றட்டும்
ரத்தத்தில் கலந்திருக்கும்
உன் நினைவுகளை.

இதன் கரைகளில்
நாம் சூளுரைத்த சபதங்களும்
கனவுக் கோட்டை
எழுப்பிய வார்த்தைகளும்
மறந்தும் முளைத்துவிடக்கூடாது
மண்ணில்.

அதனால்
அவற்றைத் தேடித்தேடிக்
கரைத்துக்கொண்டிருக்கிறேன்
நீரில்.

எங்கே
கனவின் துகள்களையும் விடாமல்
துளித் துளியாகக் பருகியதோ உயிர்
அங்கேதான்
தண்டித்துக் கொண்டிருக்கிறேன்
அதை அணு அணுவாக.

இனி ஒரு முறை
உன்னை நினைக்கக் கூடாதெனவே
இந்தச் சுய தண்டனை.

நேர்கோடு போட்டது போல்
என் பாதை போகுமென நினைத்தது
எவ்வளவு பெரிய முட்டாள்தனமென்பதை
யார்தான் உணர்த்துவது?

வாழ்வில் யாரும் சொல்லித் தராத
பாடங்களை எல்லாம்
இந்தக் காதல்
சொல்லிக் கொடுத்துவிட்டது.
அதற்கு ஒரு நன்றி.
அதை விடப் பெரிதாய்
ஒரு நன்றி உனக்கு.
இவ்வளவு தெளிவாய்
பாடம் சொன்னதற்கு.

வாழ்வை புரிந்துகொண்டதாய்
நினைக்கும் நீயாவது
வாழவேண்டுமல்லவா
நல்லபடி?

அதற்கான பலியென
நினைத்துக் கொள்கிறேன்
கண் முன் கரையும் என் காதலை
இந்தச் சுய தண்டனை மூலம்.

சமன்

யாரிடமும் சொல்லவில்லை நான்
தொலைத்த ஒன்றைப் பற்றியும்
கண்டெடுத்த ஒன்றைப் பற்றியும்.
காணாமல் போனதும்
கண்டெடுத்ததும்
வேறு வேறுதான்
என்றாலும்
ஒன்றின் இழப்பை
மற்றொன்றால் ஈடுகட்டி
நகர்கின்றன நாட்கள்.

●

நினைவுப் புற்று

கனவின் ஆழத்தில்
அடிக்கடி வந்து
கண்ணாமூச்சி
ஆடுகிறது
ஒரு நிழல் உருவம்.

என்ன அது என்று
அறிந்து கொள்ள
மீண்டும் மீண்டும்
நினைவுகளில்
மூழ்குகிறேன்.

நினைவுப் புற்று திறந்துகொண்டு
ஈசல் கூட்டமாய் புறப்படுகின்றன
நான் மறந்துவிட்ட
என் இறந்தகாலத் தவறுகள்
பற்பல நிழல் உருவங்களாய்.

காதலின் குருதி

உடைந்து நொறுங்கிய
பீங்கான் பாத்திரச் சில்லுகளோடு
கலந்து கிடக்கின்றன
சமைத்த இறைச்சித் துண்டுகள் தரையில்.

கைமீறி நழுவி இருந்தன சொற்கள்
கூடவே நிதானமும்.

அன்றைய விடுமுறை தின அமைதியும்
அதை ஒட்டிய சல்லாபங்களும்
தூரத்தே சென்று கெக்கலிப்பதை
வெறித்துப் பார்க்கிறான்
அடுத்து வரும்
வறட்சியின் வெப்பத்தை நினைத்தபடி.

இறுகிய முகத்தின்
வெறித்த கண்களால்
சுவர்களை ஊடுருவிப் பார்க்கிறாள் அவள்
காலத்தின் மறுபுறமாவது
காணக் கிடைக்குமா பசுமையென்று.

சுவரில் ஒரு பல்லி
இவர்களை உற்றுப் பார்த்தபடி
தவறவிடுகிறது
தன் உணவை.

என்று தணியும்
இந்தத் தழல் என
இருவரும் எண்ணத் தொடங்கிய நேரத்தில்
அணைத்த அடுப்பின் வெப்பத்தில்
பொசுங்கிச் சாகிறது
அதில் தவறி விழுந்த
சுவர்ப் பூச்சி.

நாட்கள்
வெறும் பொட்டல் காடென
பரவி நீளும் ஏமாற்றத்தை
யாரிடமும் பகிர்ந்துகொள்வதில்லை
இருவரும் இப்போதெல்லாம்.

கோடை இரவின்
ஈரமற்ற வானிலையில்
விறைத்துக் காய்கிறது உணவு
நீண்ட நேரமாய்.

ஒரு ஈ கூட மொய்க்கவில்லை
அதனை.

தூக்கம் வெளியேறிய அறையில்
பாய் விரித்துப் படுத்திருக்கிறது
விதி.

நடுநிசியில் விழித்த
குழந்தையின் அழு குரலில்
அறுபடுகின்றன
இருவரின் இதயங்களும்.

அவற்றில் கசிகிறது
காதலின் குருதி.

●

உடனே நடு ஒரு பூச்செடியை

வெறித்துக்கொண்டிருக்கிறோம்
எதிர் எதிர் திசைகளில்
கோபத்தில் சிதறிய வார்த்தைகள்
நமக்கிடையே
தணல் போல் கிடக்க.

இருவராலும் முடியவில்லை
ஒருவர் முகம் ஒருவர் பார்க்க.

மௌனத்தின் கனம்
தாங்க முடியாத போது
அழத் தொடங்கினாய் நீ.
நான் அடக்கிக்கொண்டிருந்தேன்
என் கண்ணீரை.

யார் பக்கம் தவறு என்றாலும்
மன்னிப்புக் கேட்கிறேன் நான்.

நான் விரும்பும் வசிப்பிடம்
உன் அருகாமை நிழல்தான்.
வளரவிடாதே
இந்த இடைவெளியை.

உன் வசீகரப் புன்னகையால்
உடனே நடு அங்கே ஒரு பூச்செடியை.

அதன் குளிர்ச்சியில்
வெந்து சாம்பலாகட்டும்
மூர்க்கத்தில் முளைத்த
முட்கள்.

கரிசனம்

உடைந்ததென்று
நான் நினைத்தேன்
நீ உரிமையோடு
ஒட்டவைத்தாய்.

கலைந்ததென்று
மருகி நின்றேன்
உன் கரிசனத்தால்
மழை கொடுத்தாய்.

சிதைந்த வீட்டைச் சீர்திருத்தி
சிறு கூடு ஒன்றை
செய்துவிட்டாய்.

புதைந்த விதை நான்
முளைத்துவிட்டேன்
பூக்கும் மலர்களினால்
நன்றி சொல்வேன்

●

அஞ்சலி மலர்கள்

1.
பறிக்கப்பட்ட மலர்கள்
அஞ்சலிக்காக வருகின்றன
இறந்தவன் உடல்
அஞ்சலி செலுத்துகிறது
அம்மலர்களுக்கு.

2.
உயிரற்ற உடல் மீது
சாத்தப்படும் மலர்கள்
வாழ்க்கை தந்த முத்தங்களா?
அவன் பெற்ற காயங்களா?
காயங்களை ஆற்றிச் செல்ல
உலகம் தரும் மருந்தா?

3.
மரண பயத்தை மறைக்கத்தான்
இறந்தவர்களை
மலர்களால் மூடி அலங்கரிக்கிறோம்.

4.
மலர்களை வியத்தல்
நிலையாமையை
மறக்கச் செய்கிறது.

5.
இறந்த பிறகும்
மணம் வீசுகிறது மலர்.
மனிதன்?

6.
வண்ணத்துப்பூச்சிகள்
வருவதில்லை
அஞ்சலி மலர்களைத்தேடி.

7.
உயிரற்ற உடலும்
உயிரற்ற மலரும்
உரையாடுவது
நமக்குக் கேட்பதில்லை.

8.
மலர்களைத் தாண்டிய
அழகும் அமைதியும்
உயிர் பிரிந்த பின்
சில முகங்களில்.

9.
அஞ்சலி செலுத்த
வரப் போகும் மலர்களுக்குத்
தகுதியானதாக
இருக்க வேண்டும்
வாழும் வாழ்க்கை.

10.
கடைசிப் பயணத்தில்
உதிர்ந்து கிடக்கும் மலர்கள்
உங்கள் அன்பாக அல்ல
நான் விட்டுச் செல்லும்
அன்பாக இருக்க வேண்டும்.

விதி

வேடனின் அம்பு சீறிப் புறப்பட்டது
கிளையில் இருந்த ஒரு புறாவை நோக்கி.
புறாவோ பறந்துவிட்டது
கணத்தில் மனத்தில்
தோன்றியதோர் நினைப்பில்.

இலைகளை உதிர்த்து
அந்தரத்தில் பாய்ந்த அம்பு
மண்ணில் வீழ்கிறது
தவளை ஒன்றைக் கொன்று.

புறா தப்பியதையும்
தவளை சிக்கியதையும்
விதி எனப் பெயரிடுகிறான்
வேறோர் அம்புடன்
வேறோர் பறவை நோக்கி
நடக்கும் வேடன்.

ரோஜா முள்

ரோஜாவுக்குப் பக்கத்திலிருக்கும்
முள் நான்.

ரோஜாவைக் குத்தமாட்டேன்.
ஆனால்
ரோஜாவைப் பறிக்க வரும்
கைகளைப் பதம் பார்க்காமல்
இருப்பதில்லை.

ரோஜாச் செடியின்
ஓர் அங்கம்
மலர் என்றால்
இன்னோர் அங்கம் நான்.

மலருக்குக் கிடைப்பதோ
பாராட்டு
எனக்குக் கிடைப்பதோ
வெறும் திட்டு.

ரோஜாவைத் தேடி வரும்
வண்ணத்துப் பூச்சிகளின்
சிறகுகளை
ஒருபோதும் நான்
கிழித்ததில்லை.
மலரினும் மெல்லிய அனுபவத்தை
ரோஜாவுக்கு அவை
தருவதுண்டு
அதை நானும் ரசிப்பதுண்டு.

அத்தர் எடுக்க வரும்
முரட்டுக் கரங்களிடம்
கேட்டுப் பாருங்கள்
அவர்களுக்குத்தான் தெரியும்
உண்மையில் நான் யாரென்று.

ரத்த ருசியை எனக்குக்
காட்டுபவர்கள்
அவர்கள்தான்.

ரோஜாவின் நிறத்தையும்
சில நேரம் நான் மிஞ்சுவது
அவர்களின்
கைங்கரியத்தாலேயே.

ஆனால்
ரோஜாவில் வீசுவது நறுமணம்
முள்ளிலோ ரத்த வாடை.

ரோஜாவில் கிடைப்பது தேன்
முள்ளில் சிக்குவதோ ஊன்.

சாதாரண முள்ளாக
நான் இருந்திருந்தால்
காலால் நசுக்கி
என் முனையை
முறித்திருப்பார்கள்.
ரோஜா முள்ளாக இருப்பதால்தான்
நான் வாழவும் வளரவும் முடிகிறது
என்பதை நானறிவேன்.

ரோஜாவும் நானும்
உடன் பிறப்பு என்பதால்
ரோஜாவை
அடையவோ
அனுபவிக்கவோ
ஆசைப்படுவதில்லை நான்.

அதனால்தான்
தன் மேல் படரும்
பனித்துளிகளை
என் மேல்
வழிய விடுகிறது ரோஜா.

●

பூரிப்பு

மல்லிகை மொட்டுகளை
மடியில் அள்ளிப்போட்டு
ஓடும் பேருந்தில்
பூக்கட்டியபடி வருகிறாள்
பூரிப்பை எழுதிய முகத்துடன்
புதுப் பெண் ஒருத்தி.
அவள் முகத்தை
வாய் பார்த்தபடி வருகின்றன
பூக்க மறந்த மொட்டுகள்.

வினையெச்சம்

முதுமையின் கட்டிலில் முடங்கி
நகர முடியாமல்
வீட்டுத் திண்ணையில்
வெறித்த பார்வையுடன்
கிடக்கும் இந்தக்கணத்தில்
எடை போட்டுப் பார்க்கிறேன்
என் வாழ்க்கையை.
*

சாப்பாட்டில்
உப்பில்லாமல் போனதற்காக
மனைவி மேல் தட்டை வீசி
எறிந்த கை என்னுடையது
என் வாய்க்கு
எட்டுவதில்லை அது இப்போது.

அவள்தான்
உணவூட்டுகிறாள்
முதுமையில்
இன்னொரு தாயாய் மாறி.
*

பொதுத்தேர்வில்
தோல்வி அடைந்து

பிருந்தா சாரதி

அவமானத்தால் அதை
மறைத்த
பெரியவனை
எட்டிமிதித்த கால்
அசைக்க முடியாதபடி
மரத்துவிட்டது.

அவன்தான் அவ்வப்போது
தைலம் தடவுகிறான்
மூட்டுகளுக்கு.
●

எப்போதும்
எங்காவது சண்டைபோட்டு
பிரச்சனைகளை
வீடுவரை அழைத்துவரும்
சின்னவனைப்
பிரம்பால் விளாசிய முற்றத்தில்
கால் தடுமாறி விழுந்து
அடிப்பட்டுவிட்டேன்
ஊன்றுகோல் இடறி.

அவன்தான் வாங்கி வந்தான்
உலோக நடைப்பயிற்சி சாதனம் ஒன்றை.
●

வாய்ச்சொல் எவ்வளவு
வலிதரும் என்பதை
என் மகளிடம்தான் அறிந்தேன்
ஒருநாள் அவளுக்கு யாரோ
காதல் கடிதம் கொடுத்ததை அறிந்து
கடுமையாகத் திட்டியபோது.

அந்த நாக்கு
இப்போது குழறுகிறது
சொற்களை
கூழாங்கல் போல்
உருட்டி.

பேசாமல் இருந்தாலும்
தேவைகள் அறிந்து
நடந்து கொள்கிறாள்
அவ்வப்போது இங்கு வரும்போது.
●

காலத்தின் குருதி
நரம்புகளில்
சீராக ஓடியபோது
அதுவே நிரந்தரம்
என்று
கட்டளைச் சொற்களால்
என்னை அறிவித்துக்கொண்டேன்.

இப்போது வெள்ளம் வடிந்துவிட்டது
சிறு துளிகள் கசிகின்றன
விழியோரமாய்.

கட்டிலில் கிடக்கிறேன்
வினைப் பயனை சுமந்தபடி.

வினையெச்சமாய்
பழைய நினைவுகள்.
●

கண்கள் கொடு

நடைப்பயிற்சி முடித்துப்
பூங்காவின் இருக்கையில் அமர்ந்து
ஆசுவாசப்படுத்திக் கொள்கையில் கவனித்தேன்
எதிரில் வளர்ந்திருந்த
சிறுசெடி ஒன்றை.

காலைக் கதிரொளியில் குளித்துக்
காற்றில் தலை துவட்டிக்கொண்டிருந்தது.

ஒவ்வொரு இலையிலும்
ஒழுங்கும் நேர்த்தியும்.

தளிர்ப்பச்சை
இளம்பச்சை
அடர்ப்பச்சை என
வரிசைக்கிரமமாய்க்
கால வளர்ச்சியை உணர்த்தும்
நிறமாற்றம்.

ஒவ்வோர் இலையாகப்
பார்த்து ரசித்துப்
பின்
முழுச் செடியையும்
நோக்க முனைந்தேன்.

முடியைப் பார்த்தால்
அடியைப் பார்க்க முடியவில்லை.
அடியைப் பார்த்தால்
முடியைப் பார்க்க முடியவில்லை.

மரம்கூட அல்ல
சிறு செடிதான்.

அதையே காண முடியவில்லை
இந்தக் கண்களால்.

ஆனால் ஆணவம் மட்டும்
வளர்ந்திருக்கிறது
மரம் போல் மனதில்.

இறையோ இயற்கையோ
எதுவாக இருந்தாலும் நான்
பணிவோடு வேண்டுகிறேன்.

உங்கள்
விஸ்வரூப தரிசனத்தைப்
பார்க்க முடியாவிட்டால்கூட
பரவாயில்லை.

வாமன உருவத்தைப்
பார்க்கவாவது முடிய வேண்டும்
என் கண்கள் கொண்டு.

அடி

கை தவறி தரையில் விழுந்த அஞ்சறைப் பெட்டியின்
தானியங்கள் போல்
கலந்துகிடக்கின்றன
பிறந்தது முதல் இன்று வரையிலான ஞாபகங்கள்.

அனுபவம் எனும் பெயர் சூட்டப்படும் முன்
நிகழ்ந்தவையும் கலந்திருக்கின்றன அவற்றில்.

வைரம் போல்
மின்னுவதில்லை அவை
சட்டெனப் பிரித்தெடுக்க.

அறிவின் விழிப்பிற்காகவா காத்திருக்கும்
அனுபவங்கள்?

கண் முன் நடந்தவை
காதால் கேட்டவை
மட்டுமா அனுபவங்கள்?

அவை எதுவாகவேனும் இருக்கட்டும்
நான் காண விரும்புவது
அவற்றில் ஒன்றே ஒன்றை.

அடி மேல் அடி விழும் வாழ்வில்
நான் தேடுவது
என் மேல் விழுந்த
முதல் அடியை.

கர்ப்ப இருட்டு விலகிக்
கண்கூசும் உலகைக்
கண்ட நாளைத் தேடி எடுத்து
அதன் கவிச்சியை
மீண்டும் உணர விழைகிறேன்.

அன்றே விழத்தொடங்கிவிட்டதா
என் மேலான அடி?
அல்லது என்று
தொடங்கியது அது?

ஒவ்வொரு முறை
நினைவின் அஞ்சறைப் பெட்டி
கவிழும் போதும்
ஓயாமல் தேடுகிறேன் அந்நாளை.

அங்கிருந்து திருத்த வேண்டும்
நான் கடந்து வந்த பாதையை.
அங்கிருந்து காட்ட வேண்டும் உலகிற்கு
நான் யாரென்று.

●

காலாவதி ஆகாத காந்தம்
(எழுத்தாளர் ஜெயகாந்தன் புகழஞ்சலி)

காலாவதி ஆகாத
காந்தம் அது.
அதற்குக் கால வரம்புகள் ஏது?

ஈர்க்கப்பட்ட இதயங்களில்
நிரந்தரமாய்
நிலைத்தவனுக்கு
இறப்புதான் உண்டா?

அவன் காலமாவதில்லை
'காலம்' ஆனவன்.

எழுத்துக்களில் அவன்
ஆயுத எழுத்து.

எழுத்துச் சிகரமே!
நாங்கள் எழுதப் படிக்கக்
கற்றதன் பலனை முழுமையாக அடைந்தே
உன் எழுத்தைப் படித்தபோதுதான்.

பொழுதுபோக்காக இருந்ததில்லை
உன் எழுத்துக்கள்.

அவை நம் உலகின் பிரச்சனைகளை
ஆராய்ந்தன.
நம் காலத்தின் சிந்தனைகளை விவாதித்தன.

ஈ மொய்க்கும் தின்பண்டங்கள் அல்ல-
உன் எழுத்துக்கள்
எங்கள் அறிவுக்கு வழங்கப்பட்ட ஊட்டச்சத்து.

அதில் உண்மையின் ஆவேசம் தெறித்தது.
அதனால் படிக்கும் ஒவ்வொரு முறையும்
உயிர் புல்லரித்தது.

வெற்றுக் கற்பனைகளை விதைத்து
எங்கள் உலகத்தில்
பகட்டான
பளபளப்பாக
நீ பவனி வந்ததில்லை.

கண்கூசும் உச்சி வெயிலாய்
சுட்டெரிக்கும்
அக்னி நட்சத்திரமாய்
உலா வந்தாய்.

அழுக்கான சிந்தனைகளை
அக்னிப்பிரவேசம்
செய்ய வைத்தது
உன் பேனா.

இடியோசையாய்
இருட்டைக் கிழிக்கும்
மின்னலாய்
சிம்ம கர்ஜனையாய் ஒலித்தது
உன் வெண்கலக் குரல்.

உன்னிடம் இருந்தது
சத்தியத்தின் ஆவேசம்.
அது
உலகலாவிய பேரன்பு
உயிர்கள் மீது கொண்ட
உச்சகட்டத் தாயன்பு.

அது பல சமயம்
சுடுசொல்லாகவே
வெளிப்பட்டது
எங்கள் மீதும் அது
அடிக்கடி தெறித்தது.

ஆனாலும் உன் மீது கோபம் இன்றி உன்னைச்
சுற்றிச் சுற்றியே வந்தோம்.

அது ஒரு தகப்பன் பிள்ளைகள் மீது கொண்ட
பிரியமான கோபம் அல்லவா?

எங்கள் ஞானபீடமே!
கண்ணீர் அஞ்சலி செலுத்தி
உன்னை அனுப்பிவிடமாட்டோம்.

எங்கள் கண்ணைத் திறந்த நீ
எங்கள் வெளிச்சமாக
என்றும் நிலைத்திருப்பாய்.

●

தண்ணீர் நாட்கள்

1.
பசியோடு வந்தது
மழை
உணவானது ஊர்.

2.
கடல் வேடிக்கை பார்த்தது
இன்னொரு கடல் நகர்ந்து வருவதை.

3.
எங்கும் நீர்
குடிப்பதற்குதான் இல்லை
தவிக்கிறது ஊர்.

4
மரங்கள் நடமாடத்தொடங்கின
சாத்தியமாக்கியது மழை.

5
விண்மீன்களும்
உதிர்ந்து கிடக்கின்றன பூமியில்
அடை மழை இரவு.

6
வழியனுப்ப ஆளில்லை
தனியே செல்கிறான்
வெள்ளத்தில் இறந்தவன்.

7.
உறவினர் ஆயினர்
வெள்ளத்தில் தவித்த நாயும்
மீட்புப் படை வீரனும்.

8.
வானம் பார்த்தோம்
மழை வருமா?
உணவுப் பொட்டலம் வருமா?

9.
பூட்டியிருந்தது சுரங்கப்பாதை
அனுமதி கேட்கவில்லை
வெள்ளம்.

10.
கருணையைத் தேடியது
அடகுக்கடையில்
புகுந்த வெள்ளம்.

11.
ஒருவர் முகம் ஒருவர் பார்த்து
ஒருவரோடு ஒருவர் பேசிக்கொண்டோம்
தொலைபேசியும், தொலைக்காட்சியும்
இயங்காத இந்நாட்களில்.

12.
கடல் நோக்கின கார்கள்
சாலைகளுக்கு வந்தன
படகுகள்
வெள்ளம் புகுந்த ஊர்.

13.
சாலை நதியில் மிதந்து செல்லும் பொம்மை
தேடிச் செல்கிறது
தன்னுடன் விளையாடிய குழந்தையை.

14.
எப்படித் தப்பி வந்தாய்
மழை வெள்ளத்திலிருந்து?
சுவரேறிச் செல்லும் எறும்பே

15.
இடைவேளை விட்டது மழை
மேலே ஹெலிகாப்டர்கள்
கீழே தட்டான்கள்.

16.
கோடீஸ்வரனையும்
கை ஏந்த வைத்தது
பெரு மழை.

17.
வெள்ளத்தில் மிதந்து
செல்லும் வழிகாட்டிப்பலகை
பின்தொடர்கிறது
கவிழ்ந்த வாகனம்.

18.
நீர் நிலை எது
நிலமெது
எங்கும் தண்ணீர்.

19.
புயலில் வேரறுந்தது தெரியாமல்
பூத்துக் கொண்டிருக்கும் மலரில்
கண்ணீராய் ஒரு மழைத்துளி.

20.
சாக்கடைகளையும் சுத்தப்படுத்தியது வெள்ளம்
நதிகளையும் சாக்கடையாக்குகிறோம் நாம்.

நீராண்மை

மேகங்கள் உடைந்து நொறுங்கி
வெடிகுண்டுகளைப் போல்
பூமியில் விழுமென்றால்
அதை மழை என்றா
சொல்ல முடியும்?

வெள்ளம் சூழ்ந்து
ஊரை மூழ்கடித்து விடவும்
மின்சாரம் அறுந்து
நகரை இருளில் ஆழ்த்தவும்
சில நாழிகைகள்கூட ஆகவில்லை.

இயற்கை மௌனமாகவே
வேடிக்கை பார்க்கும் என்று
நினைத்திருந்த மானிட அறிவின் மீது
சத்தமில்லாத இடியாக இறங்கியது
பொறுமை இழந்த வானம்.

நீல நிறக் கோடுகளை
நீட்டி வரைந்து
முத்திரை குத்திவிட்டால்
அவை எல்லாம்
ஆவணங்கள் என்று நினைக்கலாம் நீங்கள்.

அதிகாரிகள் அல்ல
நீரும் அங்கீகரிக்க வேண்டும் அவற்றை.

காலுக்குக் கீழே கிடப்பதுதானே நீர்
எனும் அலட்சியம்
உங்களுக்குள் எழும்போது
தலைக்கு மேலும் இருக்கிறேன் நான்
எனக் காட்ட வேண்டிய
அவசியம் வருகிறது அதற்கு.

கரை கட்டி வைத்தால்
அடங்கியிருப்பது
இயற்கை அன்னை
நம் மேல் கொண்ட
அளப்பரிய அன்பு.

ஆனால் அவள் இயல்பறிந்து
ஒழுகாவிடின்
ஊழிச் சீற்றம் கொண்டு
ஊரை அழிக்கும்
உன்மத்தம் கொள்ளவும்
தெரியும் அவளுக்கு.

உங்களுக்கான சாலைகளை அமைக்க
அவள் சாலைகளை மறித்தால்
என்னாகும் என்பது
இன்னேரம் தெரிந்திருக்கும் உங்களுக்கு.

இல்லம் நோக்கி
உணவை வரவழைக்கும்
தொலைபேசி எண்களின் அட்டவணை
உயிரற்றுப் போனதை
உணர்ந்திருப்பீர்கள் நிச்சயமாக.

கடக்க முடியாத எத்தனை நொடிகளைக்
கடந்து செல்ல வேண்டியிருந்தது
ஒரு சொட்டு நீருக்காக?

கைவசம் இருந்த ஏ.டி.எம் கார்டுகள்
வெறும் ப்ளாஸ்டிக் அட்டைகள்
ஆகிவிடவில்லையா அப்போது?

எச்சரிக்கைதானே இது?
ஆனாலும்
மாறவில்லை நீங்கள்.

அடுத்த வாரமே ஒட்ட
ஆரம்பித்துவிட்டீர்கள்
மனைகள் விற்பனைக்கு
எனும் உங்கள் பேராசையை.

காத்திருக்கவே நேரமில்லை
அல்லவா?
கட்டுமானப் பணிகளைத்
தொடங்கிவிட்டீர்கள் உடனடியாக.

மீண்டும் ஏதோ ஒரு நதியின்
உடல் தோலை
அறுத்துக்கொண்டுவந்து
குவித்துவிட்டீர்கள்
கண்ணீர் சொட்டச் சொட்ட.

வீடுகளைத் துடைத்தெறிந்த வெள்ளம்
எத்தனையோ குடும்பங்களின்
வாழ்க்கையையும் துடைத்தெறிந்துவிட்டதை
ஒரு கணம் மனக் கண்ணால் பார்த்துவிட்டு
எடுத்து வையுங்கள்
உங்கள் அடுத்த அடியை.

கல்லறைகளுக்கும்
சமாதிகட்டவில்லையா
இந்தப் பேய் மழை?

அயராத உங்கள் உழைப்பால்
வீட்டையும் பண மூட்டையையும்
கொடுத்துவிடுவீர்கள்
உங்கள் குழந்தைகளுக்கு.

ஆனால் உணவுக்காகப்
பிச்சைக்காரர்களாகவோ
கொலைகாரர்களாகவோ
அவர்கள் மாறவேண்டும் என்பதை
அறியவிடாமல் உங்களைத் தடுப்பது எது?

வெறும் காகிதங்கள்தான் என்றால்
தயவு செய்து கிழித்தெறிந்துவிடுங்கள்
அவற்றை.

உங்கள் குழந்தைகளே
மன்னிக்கமாட்டார்கள்
உங்களை.

●

இறக்கி வைக்கமுடியாத சுமையை
இறக்கி வைத்தது
ஒரு சொட்டுக் கண்ணீர்.

புரியாத புத்தகம்

கையில்
புத்தகம் இல்லாமலேயே
படித்துக் கொண்டிருக்கிறேன்
கண்ணுக்குத் தெரியாத ஒரு புத்தகத்தை.

நான் புரட்டாமலேயே
புரள்கின்றன அதன் பக்கங்கள்.

நீண்ண்ண்ட
அதன் கதையை படிப்பது
ஒரு வாதை.
அதைப் பகிர்வது
அதனினும் வாதை.

கொடிய வலிகளை
இப்படியா விவரிப்பது?

தீராத பசிகள் பற்றியும்
அடங்காத தாகம் பற்றியும்
விலாவாரியான வர்ணனை.

அவற்றைக்கொண்டு
ஒரு பாலைவனத்தையே உருவாக்கலாம்
கூடவே ஓர் உப்புக் கடலையும்.

சிலிர்ப்பு தரும் சில வரிகள்
வருவதுண்டு திடீர் திடீரென.

வந்த வேகத்திலேயே
காணாமல் போய்விடும் அவை.

காதல் மோதல்
நட்பு துரோகம்
புனிதம் களங்கம்
உறவு பிரிவு
என்ன இல்லை இப்புத்தகத்தில்?

படித்ததில்
பிடித்தது பிடிக்காதது என்றெல்லாம்
வகைபிரிக்க இயலாது.

பிடித்தாலும் பிடிக்காவிட்டலும்
தொடரத்தான் வேண்டும் கண்டிப்பாக.

முதலில் இருந்து
மீண்டும் படிக்க நினைத்தால்
முடியாது.

ஆனால் படிக்கப் படிக்க
வளர்ந்துகொண்டே இருக்கும்
இப்புத்தகம்.

நான் வாங்கும் அடி ஒவ்வொன்றும்
அதன் வாக்கியங்கள்.

என் கண்ணீரும் புன்னகையும்தான்
அதன் சொற்கள்.

படிக்கும் நான்தான்
அதன் முதன்மைப் பாத்திரம்.

அத்தியாயம் அத்தியாயமாகப்
பிரிக்க நேரமில்லை.

மொத்தக் கதையும்
குறுக்கும் நெடுக்குமாகப் பின்னப்பட்டு
புதிர்க்கதையா
விடுகதையா என
புரிபடாமல் நீள்கிறது.

ஒருபோதும் இது நீதிக்கதையாகாது.

விருதோ விமர்சனமோ
எதுவாக இருந்தாலும்
எல்லாம் எனக்கு நானேதான்.

இதுவரை அச்சாகாத இப்புத்தகத்தை
அச்சில் பார்க்க நேர்ந்தால்
அவசியம் படியுங்கள்.

இதைவிட சுவாரஸ்யமான
ஒருமுட்டாளின் கதை
ஒருபோதும் உங்களுக்குப்
படிக்கக் கிடைக்காது.

●

என்ன சாதித்தாய் நீ?
எனும் கேள்வியின் முன்
மௌனம் சாதிக்கிறேன்
நான்.

●

எனக்குத் தெரிந்த பிருந்தா
இயக்குநர் என்.லிங்குசாமி

பிருந்தா சாரதிக்கும் எனக்குமான அறிமுகத்தை, அவர் என்னை தெரிந்துகொண்டது, நான் அவரைத் தெரிந்துகொண்டது என இருவகையாகச் சொல்லலாம். அதில், நான் அவரைத் தெரிந்து கொண்டதைப் பற்றி சொல்கிறேன்.

பிருந்தா நான் படித்த கல்லூரியில் எனக்கு முன்பு படித்த சீனியர். கல்லூரிப் படிப்பு முடிந்த பிறகும் அவர் அடிக்கடி எங்கள் கல்லூரிக்கு வருவார். அவருக்கு வகுப்பெடுத்த பேராசிரியர்தான் எங்களுக்கும் வகுப்பெடுப்பார்.

ஒருமுறை புஷ்கின் இலக்கிய பேரவை நடத்தும் கவிதைப் போட்டிக்கு எப்படிக் கவிதைகளை அனுப்புவது என்பதைத் தெரிந்துகொள்வதற்காக அவரை முதன்முதலாக சந்திக்கப் போயிருந்தேன். அது ஒரு வெயில் நேரம். கும்பகோணம் ஸ்டேட் பேங்க் வாசலில் அவரைச் சந்தித்தேன். எனக்கு இன்றும் ஞாபகம் இருக்கிறது. "பிரதர்...! எதுவா இருந்தாலும் அந்த நிழல்ல நின்னு பேசலாமா...?" எனக் கேட்டார். அருகில் இருந்த ஒரு மரத்தடியில் நின்று பேசத் தொடங்கினோம். ஒரு சின்ன வெயில்கூட தாங்காதவர்தான் பிருந்தா.

அப்போதெல்லாம் ரொம்ப ஒல்லியாக இருப்பார் அவர். "பெய்யிற மழையில நனையாம போவாரு'னு நான் அவரை கிண்டலடிப்பேன். ஒருமுறை அவருடைய வீட்டுக்கு போயிருந்தேன். அப்போது அவர், தன் வீட்டு ஜன்னலைக் காட்டி, "இந்த ஜன்னல் இருக்கே... இதைத்தான் நான் ரொம்ப நாளா வாசல்ன்னு நெனச்சு போய்ட்டு வந்துகிட்டுருந்தேன்'னு நகைச்சுவையாகச் சொன்னார்.

பிருந்தாவின் இந்த மாதிரியான சுவாரஸ்ய பேச்சு, அவருடைய வீடு, கும்பேஸ்வரன் கோவில் தெருவில் இருக்கும் அவரது அப்பாவின் கடை எல்லாமே எனக்கு அப்போ ஒரு புது வாசமாகவும் புது அனுபவமாகவும் இருந்தது.

சென்னைக்கு வந்து பாக்யராஜ் சாரிடம் நான் உதவி இயக்குநராக சேர முயற்சி செய்துகொண்டிருந்தபோது, இயக்குநர்கள் ஜேடி-ஜெரி-யிடம் உதவி இயக்குநராக வேலை பார்த்துக்கொண்டிருந்தார் அவர். அப்போது அவர்களை சந்திக்கப்போகும்போது உடன் என்னையும் அழைத்துச்செல்வார். கே.கே நகரில் உள்ள இரண்டு பக்கமும் மரங்கள் அடர்ந்த சாலையில் இருவரும் நடந்து வரும்போது என்னிடம் "பழச்சாறு பருகலாமா" எனத் தூய தமிழில் கேட்ட அந்த சத்தம் இன்றும் அந்த இடத்தைக் கடந்துபோகும்போது கேட்கிறது.

பிருந்தா, மணி பாரதி, ஜீவன் பாலு உட்பட நிறைய பேர் சாய் நகரில் உள்ள ஒரு அறையில் தங்கியிருப்பார்கள். அப்போது நான் செங்குன்றத்திலிருந்து அவரை சந்திக்க அந்த அறைக்குப் போவேன். அங்குதான் எனக்கு நிறைய சினிமா ஆட்கள் அறிமுகம் ஆனார்கள். அதன்பிறகு நாங்கள் இருவரும் சேர்ந்து வேறு ஒரு அறைக்கு மாறினோம்.

அப்போதெல்லாம் பிருந்தாவை நான் மிகவும் ரசிப்பேன். எந்தளவுக்கு என்றால் என் வீட்டில் உள்ளவர்களிடமும் நண்பர்களிடமும் அவர் பேசுகிற பாணியிலேயே நான் சிறிது நாட்கள் பேசிக்கொண்டிருந்தேன். பொதுவாக நமக்கு நெருக்கமானவர்களின் சாயல் நமக்கும் தொற்றிக்கொள்ளும். நம்மை பாதிக்கும். அப்படி என் மேல் பாதிப்பை ஏற்படுத்தியவர் அவர்.

அந்த நேரத்தில், 'ஃபிலிமாலயா', "பேசும் படம்' ஆகிய பத்திரிகைகளில் பகுதி நேர நிருபராகவும் அவர் பணியாற்றிக்கொண்டிருந்தார். ஒருமுறை, பி.சி.ஸ்ரீராமை பேட்டியெடுக்கச் சென்றபோது என்னையும் உடன் அழைத்துப்போயிருந்தார். "உலகை உன் கண்களால் பார்' என்ற தலைப்பில் வெளிவந்த ஒரு முக்கியமான பேட்டி அது.

இப்படி எல்லா முக்கியமான வேலைகளுக்கும் அவர் என்னை உடன் அழைத்துப்போவார்.

அதேபோல நான் உதவி இயக்குநராகப் பணியாற்றிய அலுவலகங்களுக்கும் பின் இயக்குநராக வாய்ப்புத் தேடி அலைந்த அனைத்து இடங்களுக்கும் அவரும் உடன் வருவார். அப்போது

எத்தனையோமுறை அவரை அதிகாலையில் எல்லாம் எழுப்பி அரக்கப் பறக்கக் கிளம்பச்செய்து அவர் வைத்திருந்த டி.வி.எஸ் சாம்ப் வண்டியில் வாய்ப்புத்தேடிப் புறப்படுவோம்.

இப்படி எனக்காக எத்தனையோ தயாரிப்பாளர்கள் வீட்டு வாசல்களையும், எத்தனையோ நிறுவனங்களையும் ஆட்களையும் தேடி சளைக்காமல் என்னுடன் சேர்ந்து சுற்றியவர் அவர்.

கும்பகோணம் காவிரி ஆற்றங்கரையில் உட்காரவைத்து என்னுடைய வாழ்க்கையில் நடந்த சம்பவங்களை தொகுத்து ஒரு கதையாக முதன்முதலாக பிருந்தாவிடம்தான் சொன்னேன். அதுதான் "ஆனந்தம்' கதை.

பொதுவாக ஒரு முதல் பட இயக்குநருக்கு அனுபவம் வாய்ந்த ஒரு இணை இயக்குநர் உடன் இருப்பதில் கிடைக்கும் மிகப்பெரிய லாபம் என்னவென்றால் அவர்கள் கற்றுக்கொண்ட பல விஷயங்களை அவர்களுடைய அறிவை நம்முடைய படத்தில் செயல்படுத்துவார்கள். அப்படி அவருடைய முக்கியமான பங்களிப்பு ஒரு இணை இயக்குநராகவும் வசனகர்த்தாவாகவும் என்னுடைய முதல் படமான "ஆனந்தம்' படத்துக்குக் கிடைத்தது.

"ஆனந்தம்' ஆரம்பிக்கும் முன்பு அந்தப் படத்தில் யார் யார் தொழில்நுட்பக் கலைஞர்களாக வேலை பார்க்கவேண்டும் என ஒரு பட்டியல் போட்டேன். அதில் ஒளிப்பதிவு – பி.சி.ஸ்ரீராம், இசை – இளையராஜா, வசனம் – பாலகுமாரன் என எழுதியிருந்தேன். பிறகு அதை அழித்துவிட்டு அந்த இடத்தில் வசனம் – பிருந்தா சாரதி என எழுதினேன்.

அந்தப் படத்தில் வரும் குடும்ப உறவுகளும் வியாபாரம் சார்ந்த பின்னணியும் அவருக்கும் நல்ல பரிச்சயம் என்பதால் அவர் அந்த உணர்வுகளை முழுதாக வாங்கிக்கொண்டு மிக அழகான வசனங்களை எழுதிக்கொடுத்தார்.

குறிப்பாக அந்தப் படத்தில்,

"ஜனங்க ரெண்டு பேர் கையிலதான் தராசு கொடுத்திருக்காங்க. ஒண்ணு நீதி தேவதை கையில, இன்னொண்ணு வியாபாரி கையில... அதுக்கு எந்த சூழ்நிலையிலயும் களங்கம் வந்துடக்கூடாது"

என ஒரு வசனம் வரும். எனக்கு மிகவும் பிடித்த வசனம் அது.

"ஆனந்தம்' படத்தில் தொடங்கி என்னுடைய அடுத்தடுத்த படங்களிலும் பிருந்தா வசனகர்த்தாவாக பணியாற்றிவருகிறார்.

"பையா' படத்தில் ரொம்ப அழகாக நிறைய வசனங்களை எழுதியிருப்பார். அந்தப் படத்தில் உயரமான ஒரு இடத்தில் நின்றுகொண்டு ஹீரோ, ஹீரோயினிடம்...

"பாருங்க... எவ்வளவு பெரிய ஊரு... இங்க வெச்சு பார்க்குறப்போ எவ்வளவு புள்ளியா தெரியுது...? பிரச்சனைகூட அப்படிதாங்க... பக்கத்துல வெச்சு பார்க்குறப்போ பெருசா தெரியும்... கொஞ்சம் தள்ளி வெச்சு பார்த்தா சின்னதா தெரியும்... வர்ற வழியில பார்த்தீங்கள்ல... எவ்வளவு மேடு, பள்ளம்...? லைஃப் கூட அப்படிதாங்க...!"

என்ற வசனமும் எனக்கு மிகவும் பிடித்த வசனங்களில் ஒன்று.

பொதுவாக என்னுடைய படங்களில் வசனகர்த்தாவாக மட்டுமல்லாமல் பட சம்பந்தமான அனைத்து வேலைகளிலுமே என் கூடவே இருந்து அவர் உதவி செய்வார்.

அவரை முதன்முதலாக சந்தித்த அன்றிலிருந்து இன்றுவரை அதாவது கடந்த இருபது வருடங்களுக்கும் மேலாக நண்பர்களாக பழகி வருகிறோம். ஒரே அறையில் தங்கியிருக்கிறோம். இருப்பினும் இன்றைக்கும் பிருந்தாவை எப்போது சந்திப்போம் பேசுவோம் என்றுதான் இருக்கிறது. அதற்கு மிக முக்கிய காரணம். அவருடைய சுவாரஸ்யமான பேச்சு. நாங்கள் இருவரும் இருக்கும்போது மூன்றாவதாக ஒரு புது நபர் வருகிறாரென்றால்... அவருடன் பிருந்தா பேச ஆரம்பித்தால் நான் இந்த 22 வருட காலமாக அவரிடமிருந்து கேட்டிராத ஒரு புது தகவல் ஒன்றை அன்று சொல்வார்.

இத்தனை வருட நட்பிருந்தாலும் இன்றும் எனக்கு தெரியாத ஒரு விஷயத்தை அவரிடம் இருந்து என்னால் பெற முடிகிறது. "என்னய்யா சொல்ற...? இந்த விஷயத்தை நான் இதுவரைக்கும் கேட்டதேயில்லையே...' என்றுதான் நான் ஒவ்வொருமுறையும் ஆச்சர்யப்பட்டுப்போகிறேன். அந்த அளவுக்கு அவரிடம் புதிய தகவல்கள் நிறைந்திருக்கும். அந்த அளவுக்கு அவர் புதிது புதிதாக தேடித் தேடி படிக்கக்கூடியவர். புதிது புதிதாக யோசிக்கக்கூடியவர். இதுதான் எங்களை இன்றுவரை ஒன்றாக இருக்கவைக்கிறது. அதுவே எங்களுக்குள் ஒரு பெரிய புரிதலாகவும் இருக்கிறது.

இப்போதெல்லாம் அந்த புரிதல் எந்த அளவுக்கு இருக்கிறதென்றால், நான் பேச ஆரம்பிக்கும் முன்பே அவருக்கு நான் என்ன பேசப்போகிறேன் என புரிந்துவிடும். அவர் பேச ஆரம்பிக்கும் முன்பே அவர் என்ன பேசவருகிறார் என்பது எனக்குத் தெரிந்துவிடும்.

நான் ஒருவரிடம் பேசிக்கொண்டிருக்கும்போது அப்போது அங்கு தேவையான அதையொத்த ஒரு மிகச்சரியான தகவலைச் சொல்வார். நான் எதையாவது விட்டுவிட்டால் அதை மிகச்சரியாக எடுத்துக்கொடுப்பார். இப்படி ஒரு நல்ல அலைவரிசை எங்கள் இருவரையும் இணைத்து வைத்துள்ளது. அந்த அலைவரிசைதான் என்னுடைய படங்களிலும் அவரைப் பணியாற்ற வைத்திருக்கிறது.

நான் அவரிடம் அடிக்கடி, "பிருந்தா... ஒரு கதை பண்ணுய்யா... நம்ம கம்பனியிலயேகூட படம் பண்ணலாம்" என சொல்வேன். அதற்கு அவர், "சிட்டியில எனக்கு இருக்குற ஒரே நல்ல ஃப்ரெண்ட் நீ தான். உன் ஃப்ரெண்ட்ஷிப்பை நான் கெடுத்துக்க விரும்பலை" அப்படின்னு கிண்டலா சொல்வார். அவர் அப்படி கிண்டலாகச் சொன்னாலும் அதன் உள் அர்த்தம் எனக்குத் தெரியும். "எதையுமே மிஸ் யூஸ் பண்ணிடக்கூடாது. எனக்கே தோணாம நான் படம் பண்ணமாட்டேன். நீ இருக்கேங்கிறதுக்காக நான் படம் பண்ணக்கூடாது. சரியான ஒரு கதை தோனும்போதுதான் படம் பண்ணனும்னு ஆசைப்படுறேன்" என்பதுதான் அதன் பொருள்.

என்னை எல்லாரும் நிறைய படிக்கிறவன் என நினைக்கிறார்கள். ஆனால், என் அறையில் நிறைய படிக்கிற பிருந்தா இருந்தார் அதனால் நான் கொஞ்சம் புத்தகங்களை புரட்டியிருக்கேன் என்பதுதான் உண்மை. நிறைய இலக்கிய நண்பர்களின் அறிமுகமும் சரி, தரமான புத்தகங்களின் அறிமுகமும் சரி எனக்கு அவர் மூலம்தான் கிடைத்தது.

சமீபத்தில் ஒரு கவிதைப் புத்தகத்தைக் கையில் வைத்துக்கொண்டு இருவரும் பேசிக்கொண்டிருந்தோம். அந்த புத்தகம் மிகவும் பெரியதாகவும் அடர்த்தியாகவும் இருந்தது. அப்போது அவர் இப்படிச் சொன்னார். "இந்த மாதிரி ஒரு புத்தகம் போடனும்னு நாம நெனைச்சோம்னா நாலைஞ்சு மாசம் வேலை செஞ்சா போதும்... ஒரு புத்தகம் போட்டுடலாம். ஆனா முடிவுதான் எடுக்காம இருக்கோம்"னு சொன்னார். அவர் அப்படிச் சொன்ன அடுத்த நான்கு மாதத்தில் இதோ இந்த கவிதைத் தொகுதியை எழுதிவிட்டார். அதுவும் ஒரு புத்தகம் என்றவர், இரண்டு புத்தகமாக எழுதிவிட்டார்.

அவருடைய இந்த கவிதை தொகுதியில் இருக்கும் பல கவிதைகளை அவர் எப்போ எழுதினார்னு கூட எனக்கு தெரியாது. ஒரு சில கவிதைகளைச் சொல்லியிருக்கார். பல கவிதைகளைச் சொன்னதில்லை. முழு புத்தகமாக படிக்க

சொல்லிக் கொடுத்தப்போது, "என்னய்யா...? இவ்வளவையும் எப்பய்யா யோசிச்ச...?' என்றுதான் ஆச்சர்யப்பட்டேன்.

எனக்கு இந்த தொகுப்பில் ஒரு கவிதை மிகவும் பிடிக்கும். மிக அற்புதமான கவிதை அது.

"வெட்டப்பட்ட ஆட்டுத்தலை
வெறித்துப்பார்க்கிறது
தோலுரித்துத்
தொங்கவிடப்பட்டிருக்கும்
தன் உடலை"

இந்தக் கவிதையைப் படித்த அடுத்த இரண்டு மூன்று நாட்களுக்கு எனக்கு தூக்கமே வரவில்லை. "ஒரு அற்புதமான கவிதையைப் படைத்துவிட்டார் பிருந்தா" என்றே தோன்றியது. இதுவரைக்கும் அவர் எழுதிய கவிதைகளிலேயே எனக்கு மிகவும் பிடித்த கவிதை இது.

"தல புராணம்" என்ற தலைப்பில் சில அழகான கவிதைகள் இந்த தொகுப்பில் உள்ளன. கும்பகோணத்தில் கோவில் சார்ந்த இடத்தில்தான் அவருடைய கடை இருந்தது. கும்பகோணத்து வீதிகளும், கோவில்களும் கோவில் தொடர்பான விஷயங்களும் அவரை எந்த அளவுக்கு பாதித்தியிருக்கின்றன என்பதற்கு இந்த "தல புராணம்" கவிதைகள் உதாரணம்.

"காதல் வழிகிறது
பிரகாரச் சுவர்களில்
எண்ணெய்ப் பிசுபிசுப்போடு
எழுதப்பட்டிருக்கும்
ஆண், பெண் பெயர்களில்"

***

"உயிரைக் கொடுத்தாவது
உன் பிரார்த்தனையை
நிறைவேற்றுவேன்
நந்தி காதில் சொல்லும்
ரகசியத்தை
என் காதில் சொல்."

***

"மேளதாளம், நாதஸ்வரம்,
மாலை, தோரணம்,
இவை மட்டுமல்ல
அவளும் இருக்கிறாள் கண்முன்னே.
கண் திறக்கவேண்டும்
கடவுள்."

போன்ற கவிதைகளெல்லாம் என் மனதுக்கு மிக நெருக்கமான கவிதைகள்.

ஆனந்த விகடனில் வெளியான "ஞாயிற்றுக்கிழமைப் பள்ளிக்கூடம்' ஒரு சிறப்பான கவிதை. அதை எழுதியவுடன் என்னிடம் சொன்னார். கேட்டவுடனேயே நான், "விகடனுக்கு அனுப்பி வைய்யா... இது விகடன்ல வரவேண்டிய கவிதை'னு சொன்னேன். சொன்ன மாதிரியே விகடனிலும் வெளியானது.

ஒரு அழகான சிறுகதை மாதிரி இருக்கிறது இந்த கவிதை. விஷுவலாக படம் பிடிக்க ஆசைப்பட வைக்கும் ஒரு அற்புதமான கவிதை இது.

அதேபோல் "மின்சாரக் கொசுமட்டை", "வானவில் விற்பவன்", "ஈருயிர் கொண்டவன்", "நகரச்சாவு", "கடவுளை சந்திக்கச் சென்றிருந்தபோது", "ரோஜா முள்" என இந்த கவிதைத் தொகுதியில் நிறைய சப்ஜெக்ட்களைத் தொட்டிருக்கிறார். இப்படி எனக்குத் தெரிந்து சமீபத்தில் ஒரே தொகுதியில் பல்வேறு தலைப்புகளை, களங்களைத் தொட்டு வெளிவந்தது இந்த தொகுப்பாகத்தான் இருக்கும் என நினைக்கிறேன்.

பிருந்தா முடிவெடுத்தால் சினிமாவிலும் எத்தனையோ தரமான படைப்புகளைத் தர முடியும். முடிவு எடுப்பது மட்டும் தான் அவருக்கு எப்போதுமே தாமதம் ஆகுமேயொழிய தகுதி அடிப்படையில் அவருக்கு எப்போதுமே எந்தக் குறையுமே இருந்தது கிடையாது.

எனக்கு தெரிந்த பிருந்தா, எல்லோராலும் அறியப்படும் பிருந்தா இந்த இரண்டிற்கும் இடையேயுள்ள இடைவெளியே அதுதான். அதை நிவர்த்தி செய்வது என்பது பிருந்தா எடுக்கவிருக்கும் முடிவில்தான் இருக்கிறது.

என்.லிங்குசாமி

எளிமை போர்த்திய கவித்துவம்

-கவிஞர் ரவி சுப்பிரமணியன்
ஆவணப்பட இயக்குனர்

பிருந்தா சாரதியும் நானும் ஒரு சாலை மாணாக்கர்கள். அவர் இளங்கலை இயற்பியல் படித்த போது நான் இளங்கலை பொருளியல் படித்துக் கொண்டிருந்தேன். என்னை விட இரண்டு வயசு இளையவர் என்றாலும் எனக்கு முன்பே கவிதை எழுதத் துவங்கியவர். ஆரம்ப நாட்களில் அவர் கவிதைகள் எழுவதைப் பார்த்தே நான் கவிதை எழுதத் துவங்கினேன் என்று சொல்ல வேண்டும்.

வாசிப்பும் இலக்கிய ஆர்வமும் இருவரையும் ஒன்றாக இணைத்தது. பட்டுக்கோட்டை பிரபாகர், சுபா, பாலகுமாரன், சுஜாதா, வலம்புரிஜான் என்றுதான் நாங்கள் வாசிக்க ஆரம்பித்தோம். மேல் நிலை வகுப்பின் துணைப்பாடத்தில் ஏற்கனவே ஜெயகாந்தனின் ஒரு கதையைப் படித்திருந்தாலும் பிருந்தா சாரதிதான் நான் ஜே.கேவை முழுக்க வாசிக்க காரணமாக இருந்தார்.

படிப்பின் நிமித்தமும் படிப்பதைப் பகிர்ந்து கொள்ளும் நிமித்தமுமே நாங்கள் அடிக்கடி சந்தித்துக் கொண்டோம். ஜெயகாந்தனிலிருந்து மெல்ல நகர்ந்து இன்னும் சீரியஸாக நகுலன், சுந்தர ராமசாமி, ஞானக்கூத்தன் போன்றவர்களை வெகு சீக்கிரமே வந்தடைந்தோம்.

பிருந்தா சாரதி நுட்பமாக வாசிக்க கூடியவர். எனக்கு ஒரு தடவைக்கு இரண்டு தடவை வாசிக்க வேண்டும்.

கல்லூரிக் காலங்களில் அவர் கவியரங்கக் கவிதைகள் எழுதிப் புகழ் பெற்றிருந்தார். கல்லூரிகளுக்கிடையே நடக்கும் கலைப் போட்டிகளில் நான் நடிப்பு பாட்டு நாடகம் என்று

நான் பரிசு பெறும் போது அவர் கவிதைக்குப் பரிசு பெறுவார். அவர் கவிதைகளுக்காகக் கைதட்டல் பெறுவதைப் பார்த்து உணர்ச்சி பெருக்கில் ஒரு தடவை நீங்கள் ஒரு கண்ணதாசனாக வருவீர்கள். நான் உங்களுக்கு ஒரு இராம. கண்ணப்பனாக இருப்பேன் என்றெல்லாம் அவரிடம் சொல்லியிருக்கிறேன்.

கவியரங்கக் கவிதைகள் மட்டுமில்லாமல் பின்பு சீரியஸாகவும் எழுதத்துவங்கினார். அப்போது முக்கியமான இலக்கிய பத்திரிகைகளாக திகழ்ந்த காலச்சுவடு, கணையாழியில் அவர் கவிதைகள் பிரசுரமாகத் துவங்கின. அவர் மேலிருந்த மதிப்பு மேலும் கூடிவிட்டது.

பொதுவாக எல்லோரும் அவரிடம் எளிதில் அணுகிவிட முடியாது. கறாரான விமர்சனங்களை முன் வைப்பார். வெட்டு ஒன்று துண்டு ரெண்டாக இருக்கும் அவர் பேச்சு. அவரிடம் பேசும்போது நம்மை விட ஓர் உயரமான நாற்காலியில் அவர் அமர்ந்து பேசுவது போலத்தான் இருக்கும். இப்போது அதையெல்லாம் காணமுடியவில்லை.

90 களின் முற்பகுதியில் ராபர்ட் ராஜசேகரின் உதவியாளராய் இருந்த விசாகன் என்ற நண்பர் அப்போது அவர் பணியாற்றிய படம் ஒன்றிற்கு ஒரு பாடல் எழுதித் தருமாறு என்னைக்கேட்டார். எனக்கு அதெல்லாம் வராது என்று நான் பிருந்தா சாரதியிடம் அழைத்துப் போனேன். உடனே அவர் அருமையான பாடல் ஒன்றை எழுதித்தந்தார்.

அந்த பாடல் இப்போ நினைவில் இல்லை. இவர் ஏன் பாடலாசிரியராக வரவில்லை என்று சில சமயம் எனக்கு தோன்றுவதுண்டு.

கரிச்சான் குஞ்சு, எம்.வி.வி, தேனுகா போன்ற இலக்கிய வாதிகளிடம் நெருங்கிப் பழகியவர் பிருந்தா. கும்பகோணத்து வீதிகள், காந்திபார்க், சாது சேசையா நூலகம், வைகறைவீதி இலக்கிய அமைப்பு போன்றவை எங்களுக்கு பொதுவான விருப்பமும் ஈடுபாடும் உள்ள இடங்களாக இருந்தன.

தேனுகாவுக்கு பிருந்தா மேல் தனி ஈர்ப்பும் ப்ரியமும் இருந்தது. அவர் கறாராக பேசுவதை அபிப்ராயங்கள் சொல்வதை விமர்சிப்பதை ரசித்து சிரிப்பார். சில சமயம் குதூகலத்தில் கைதட்டி சிரிப்பார். அவரின் சில கவிதைகள் அவருக்குப் பிடிக்கும். அவரது "இன்னொரு நான், இன்னொரு நீ" கவிதையைப் பற்றி சிலாகித்துச் சொல்வார். அதைப் பற்றி மட்டுமே நீண்ட கட்டுரை ஒன்று எழுதப் போகிறேன் என்று சொல்லிக்கொண்டு

இருந்தார். கடைசியில் எழுதவில்லை. அவர் எழுதாமல் விட்ட பல விஷயங்களில் இதுவும் ஒன்று.

" சரியான அபிப்ராயம் கேட்கணும்ன்னா அவர்தாங்க கரெக்ட். பொட்டுல அறைஞ்சமாதிரி மனசுல பட்டதை சொல்லிடறாரு. இந்த வழ வழ கொழ கொழா யாவரமே அவர்ட்ட கிடையாது உள்ள ஒண்ணு வச்சி வெளில ஒண்ணு பேசத் தெரியாத நல்ல மனுஷங்க அவரு" என்று சொல்வார்.

எம்.வி.வி தன் 'காதுகள்' நாவலின் கையெழுத்துப் பிரதியை பிருந்தாவிடம்தான் தந்து வாசிக்கச் சொல்லி அபிப்ராயம் கேட்டார். பிருந்தா படித்துவிட்டு அது ஒரு டிஸ்டர்ப் பண்ணுகிற நாவல் என்று கூறினார். கரிச்சான் குஞ்சு அவர் கவிதைகளைப் படித்து அபிப்ராயங்கள் சொன்னதுண்டு.

அவர் கும்பகோணம் மார்க்கெண்டேயா புத்தகக் கடையில் வேலை பார்த்து வந்தார். அந்தக் கடை வாசலிலேயே பெரும்பாலும் சந்தித்துக் கொள்வோம். மழை பெய்தாலும் வெயிலடித்தாலும் குறைந்த பட்சம் வாரம் இரண்டு முறையாவது நாங்கள் சந்தித்திக்கொண்ட காலங்கள் இருந்தன. பேச்சு சுவாரஸ்யத்தில் நேரம் போவதே தெரியாது. ஆனால் அவருக்குத் தெரியும் 'அரை மணி நேரமாச்சு. நாளை பார்ப்பமா' என்று சட்டென மணி பார்த்து டாண் என எழுந்துவிடுவார். நல்ல காப்பி குடித்துவிட்டு பிரிவோம் என்று பஞ்சாமய்யர் காபி கிளப்புக்கோ, கும்பேஸ்வரன் கோவில் சன்னதி உள் கடைகள் நடுவே உள்ள ஹோட்டலுக்கோ செல்வோம்.

பிருந்தா சாரதியின் வாசிப்புதான் அவரை உருவாக்கியது என்று சொல்வேன். அதுவே அவரை அற்ப விஷயங்களில் கவனம் போகாமல் தடுத்தது. இன்று அவர் புகழ் பெற்ற வசனகர்த்தாவாக இருக்க அவர் வாசிப்பும் எதிரும் புதிருமாய் இருந்து பேசிய இலக்கிய விவாதத் திறனும் ஒரு காரணம். அதனாலேயே அவர் கவிதைகளில் கேள்விகளும் விவாத த்வனியும் ஏகமான உரைநடையும் இயல்பில் வந்து படிந்துள்ளன.

ப்ரியத்தை அவருக்குச் சொற்களில் காட்டத்தெரியாது. எல்லாம் செயல்தான். அதில் ஒரு நேர்த்தியும் நறுவுசும் துலங்கும் அவர் கையெழுத்தின் அழகு போல. முகஸ்துதியாக அவருக்கு பேச வராது. நன்றாக இருக்கிற ஒன்றை பாராட்டும் அவர் நன்றாயில்லாததையும் ஒரு பிடி பிடித்துவிடுவார். மெல்லிய நகைச்சுவை இழையோடும் அவர் பேச்சில்

எனக்கும் அவருக்கும் பொதுவாகச் சில ஒற்றுமைகள் இருந்தன.

இரண்டு பேர் பிறந்த தேதியும் எட்டு. இரண்டு பேர் பெயரும் என். சுப்பிரமணியன். என் பெயரை ரவிசுப்பிரமணியன் என்று மாற்றியவர் அவர் தான். நான் நாகேஸ்வரன் கோவில் சன்னதி தெருவை ஒட்டிய கீழவீதியில் பிறந்து வளர்ந்தவன். அவர் அப்பா கும்பேஸ்வரன் கோவில் சன்னதியில் பேன்சி ஸ்டோர் வைத்திருந்தார். பால்யத்தில் இருந்து கோவில்களிலேயே புழங்கி வந்ததால் இருவருக்கும் கோவில் சார்ந்த விஷயங்களில் ஈடுபாடு இருந்தது.

இருவரும் பெரியாரும் படிப்போம். சாமியும் கும்பிடுவோம். கவிதை எழுதுவதும் இலக்கிய ஈடுபாடும் இருவருக்கும் உண்டு. இருவரும் அஞ்சல் வழியில் தமிழ் முதுகலை படித்தோம். (அவர் மட்டும் தேர்ச்சி அடைந்தார்) இப்படிச் சில ஒற்றுமைகள் இருவருக்கும் உண்டு.

பிருந்தாவின் இந்தக் கவிதைகளையெல்லாம் படிக்கும் போது எனக்கு மேற்கண்ட ஞாபகங்களெல்லாம் வந்தன.

இந்தத் தொகுப்பில் "ஞாயிற்றுக்கிழமைப் பள்ளிக்கூடம்" என்றொரு கவிதை. பள்ளிக்கூடத்தின் வேலை நாட்களில் நாம் பள்ளிகளைப் பார்த்திருப்போம். கவிஞன் விடுமுறை நாளில் பள்ளிக்கூடத்தை கவனிக்கிறான். கவிதையில் வரும் உயிரினங்களின் விவரணை மூலம் அது மாநகரத்துப் பள்ளி இல்லை, சிற்றூரின் கிராமத்தின் கிராமத்தை ஒட்டிய சிறு நகரத்தின் பள்ளி என்று ஊர்ஜிதமாகிறது. மாணவர்கள் டிபன் பாக்ஸை மறந்து போனால் டீச்சர் குடையை மறந்து போகிறவளாக இருக்கிறாள். ஒதுக்குப்புறமான பள்ளி. அங்கு சாலையின் வேறு சப்தங்கள் கூட இல்லை. ஒரு சிறுகதைக்கான வர்ணனைகளோடு காட்சியாக நகர்கிறது கவிதை.

மறந்து போன டிபன் பாக்ஸில் மொய்க்கும் எறும்புகளையும் வழி தவறி வகுப்புக்குள் வந்த தவளையையும் அங்குமிங்கும் ஓடும் அணிலையும், பறந்தலையும் நெகிழிப் பையையும், வாதாம் மரத்தில் ஓய்வெடுக்கும் மரங்கொத்தியையும் பார்த்து வந்த கவிதை திடீரென பட்டாம் பூச்சியாய் உருவெடுத்து ஒவ்வொரு வகுப்பாய் சென்று திரிந்து பல பாடப்பகுதிகளிலும் சென்று அமர்ந்து கடைசியாய் ஆசிரியர்களின் அறைக்குள் அலுப்போடு நுழைகிறது. சுஜாதா மிஸ்ஸின் ரோஸ் நிறக்குடையைக் கண்டதும் உற்சாகமடைகிறது, பின் குதூகலமாக குடையின் மீது சென்று அமர்ந்து விடுகிறது. அமர்ந்தது வண்ணத்துப்பூச்சியா. கவியின் மனசா. சப்தங்களும் இரைச்சல்களும் நிறைந்த பள்ளியின் ஞாயிற்றுக் கிழமையை அதன் நிசப்தத்தை கொண்டு வந்து கவிதையில் வெற்றி பெற்றுவிடுகிறார் பிருந்தா.

"நகரச்சாவு" என்றொரு முக்கியமான கவிதை இத் தொகுப்பில் உள்ளது. மாநகர வாழ்வு எவ்வளவு நெருக்கடிகளைத் தந்த போதும் அங்குதான் வாழ பலருக்கு விதிக்கப்பட்டிருக்கிறது. வாழ்வதற்கு மட்டுமல்ல சாவதற்குக்கூட இடமில்லாத அல்லது இடம் தராத நகரம் இது என்பதை வலியோடு பகிர்கிறது கவிதை.

துக்கத்தில் சௌகர்ய துக்கம் அசௌகரிய துக்கம் என்று உண்டா என்றால் உண்டு என்கிறார் பிருந்தா. இந்த கவிதையை வாசித்தால் அது உங்களுக்குப் புரியும். சாவில் கூட கல்யாண சாவு இருக்கும் போது துக்கத்தில் இருக்காதா என்ன. ஒரு நகரத்தின் சிதைவுண்ட வாழ்வை ஒரு சாவின் குறியீடு மூலம் சித்தரிக்கிறது கவிதை.

இது போல சில அற்புதமான கவிதைகளுக்கு இடையில் காதல் கவிதைகள் நிறைந்து கிடக்கின்றன. கவிஞனுக்கு காதல் அலுக்காதுதான் போல.

"மாய உலகில் நுழைகிறேன்
கோவிலில் வீசும் அபூர்வ வாசனையோடு
உன்னைச் சேர்த்து பார்க்கும் போது"

என்றொரு கவிதை. கோவில் சார்ந்த விஷயங்கள் இவரது சில கவிதைகளில் சிறப்ப அழகு கொள்கின்றன.

கவிதை முடிந்த பின்பும் கவிஞன் தோன்றி தன் கருத்தாக ஏதும் சொல்வதையும் எண்பதுகளின் கவிதை பாணியையும் பிருந்தா தவிர்த்திருக்கலாம்.

உரையாடல் த்வனி பெரும்பாலான கவிதைகளில் இடம் பெறுகிறது. ஒரு வசனகர்த்தாவான அவருக்கு தர்க்கரீதியாக கேள்விகேட்டுப் பதில் சொல்லும் பாணியும் உரையாடலும் தவிர்க்க முடியாததாயிருக்கிறது என்று தோன்றுகிறது.

சில கவிதைகளில் எளிமை போர்த்திய கவித்துவச் சொல்லாடல்கள் மிளிர்கின்றன.

"தூக்கம் வெளியேறிய அறையில்
பாய் விரித்துப் படுத்திருக்கிறது விதி"

என்ற வரிகளில் இருந்து வெளியே வர ஒரு நாள் ஆனது எனக்கு. இந்த இரட்டை வரிகளே நீண்ட கவிதை ஒன்று தரும் அனுபவத்துக்குச் சமமாக நிற்கின்றன. இப்படி பிருந்தாவின் கவிதைகளில் சொல்ல ஏகமாய் இருக்கிறது.

தொகுப்பின் சிறந்த கவிதைகளில் ஒன்று "வண்ணக்குடை பிடித்து வருபவள்".

"நாள் தோறும் பார்க்கிறேன் அவளை
காலை நேரங்களில்
பிரதான சாலையில்
வண்ணக்குடையோடு.

நல்ல உயரம்
கோதுமை நிறம்
கைத்தறி சேலை
இவற்றுடன் வண்ணக்குடை.

பொறுப்பானவள்
மரியாதைக்குரியவள்
என உரைக்கும் தோற்றம்.

அழகும் நளினமும்
சம விகிதத்தில்.

நடையில் தெரிகிறது
மனதில் நுரை பூத்து
நகரும் நதி.

அலுவலக வரவேற்பாளரா
மென்பொருள் பொறியாளரா
விற்பனைப் பிரதிநிதியா
யார் இவள்?

எங்கிருந்தோ புறப்பட்டு
எங்கோ செல்லும் இவள்
என் இதயவீதியில்
சிறிது தூரம் நடந்து செல்கிறாள்.

இந்தக் கவிதையில் வசப்பட்டிருக்கும் காட்சி மொழி பிருந்தாவுக்கு பல கவிதைகளில் வசப்பட்டிருக்கிறது. கவிதை போர்த்தியிருக்கும் எளிமை அழகும் எதார்த்தமும் பிருந்தாவின் கவிதை ஆளுமைக்கு கட்டியம் சொல்லும்.

இந்தக் கவிதையை வாழ்வில் எதிர் கொள்ளாத ஆண் உண்டா. ஒரு வகையில் இது பெண் மொழியாலும் எழுதத் தக்க கவிதை.

தோற்றத்திலேயே பொறுப்பானவளாகவும் மரியாதைக் குரியவளாகவும் இருப்பவள் எங்கிருந்தோ புறப்பட்டு எங்கோ செல்பவள் என் இதயவீதியிலும் சிறிது தூரம் நடந்து செல்கிறாள்

என்கிற போது கவிதை நம் இதயத்திலும் கொஞ்ச தூரம் நடக்கிறது.

ஞானக்கூத்தனின் புகழ் பெற்ற "சைக்கிள் கமலம்" என்றொரு கவிதை...

> அப்பா மாதிரி ஒருத்தன் உதவினான்
> மைதானத்தில் சுற்றிச் சுற்றி
> எங்கள் ஊர்க் கமலம் சைக்கிள் பழகினாள்
> தம்பியைக் கொண்டு போய்ப்
> பள்ளியில் சேர்ப்பாள்
> திரும்பும் பொழுது கடைக்குப் போவாள்
> கடுகுக்காக ஒரு தரம்
> மிளகுக்காக மறு தரம்
> கூடுதல் விலைக்குச் சண்டை பிடிக்க
> மீண்டும் ஒரு தரம் காற்றாய்ப் பறப்பாள்
> வழியில் மாடுகள் எதிர்ப்பட்டாலும்
> வழியில் குழந்தைகள் எதிர்ப்பட்டாலும்
> இறங்கிக் கொள்வாள் உடனடியாக
> குழந்தையும் மாடும் எதிர்ப்படா வழிகள்
> எனக்குத் தெரிந்து ஊரிலே இல்லை
> எங்கள் ஊர்க்கமலம் சைக்கிள் விடுகிறாள்
> என்மேல் ஒருமுறை விட்டாள்
> மற்றப் படிக்குத் தெருவில் விட்டாள்

இரண்டு கவிதையின் உலகங்களும் வேறு வேறு ஆனாலும் இரண்டிற்குமான பொதுத் தன்மை எளிமை. ஞானக்கூத்தனின் இந்த கவிதையை ஞாபகப்படுத்திற்று பிருந்தாவின் மேல் கண்ட கவிதை.

உரையாடல் த்வனி, எளிமை, காட்சிப்படுத்தல், சிறுகதைத் தன்மை போன்ற எளிய வழிகளில் சில அசாதாரண கவிதைகளைப் படைத்து விடுகிறார் பிருந்தா. பல ஆண்டுகளாக எழுதாமல் இருந்து அவர் எழுதிய இந்த கவிதைகளில் காத்திரமும் கவித்துவமும் விளங்குவதை நீங்களும் கண்டுகொள்ள முடியும். ஒரு வசனகர்த்தாவாக வெற்றி பெற்ற பிருந்தா கவிஞராகவும் வெற்றி பெற்றமைக்கான சாட்சிகளைக் கொண்ட தொகுப்பு இது.

ரவிசுப்ரமணியன்